मध्यरात्र

वि. स. खांडेकर

मेहता पब्लिशिंग हाऊस

MADHYARATRA by V. S. KHANDEKAR

मध्यरात्र : वि. स. खांडेकर / कथासंग्रह

© सुरक्षित

मराठी पुस्तक प्रकाशनाचे व मराठी E-book पब्लिशिंगचे हक्क,
मेहता पब्लिशिंग हाऊस, पुणे.

प्रकाशक : सुनील अनिल मेहता, मेहता पब्लिशिंग हाऊस,
१९४१, सदाशिव पेठ, माडीवाले कॉलनी, पुणे – ४११०३०

मुखपृष्ठ : चंद्रमोहन कुलकर्णी

प्रकाशनकाल : १५ नोव्हेंबर, १९७६ / सप्टेंबर, २००१ / एप्रिल, २००४
मार्च, २००७ / ऑक्टोबर, २०१० / पुनर्मुद्रण : मे, २०१४

ISBN - 81 - 7766 - 230 - 9

अनुक्रम

मध्यरात्र

सुभाष तो अस्पष्ट, मधुर आवाज ऐकत राहिला. त्याला काही दिसत नव्हते. कशाचाही स्पर्श होत नव्हता, कसलाही वास येत नव्हता. फक्त तो गोड आवाज मात्र त्याच्या कानात गुंजारव करीत होता. धुक्याने झाकून गेलेल्या भूभागावर वृक्षांचे अस्तित्वसुद्धा जाणवू नये, पण पाखरांचा कलरव मात्र ऐकू यावा तशी त्याची स्थिती झाली होती. तो मंजुळ नाद...

बैलगाड्यांचा तांडा घाट उतरत असावा. या बैलांच्या गळ्यांतले घुंगरू नाचत-गात, नाचत-गात असावे का ? छे ! बैलगाडीतून असला कुठला तरी लांबचा प्रवास एकट्याने करायला आबा आपल्याला कधी तरी परवानगी देतील काय ?

क्षणभर धुके दाटले. पाखरांची ती मधुर किलबिल ऐकू येईनाशी झाली. दुसऱ्याच क्षणी धुके विरळ झाले. पुन्हा तोच मधुर लयबद्ध नाद... कुठल्यातरी देवळात पूजा चालली असावी. भक्तांची रीघ लागली असावी तिथं ! देवद्वारातल्या घंटेला पळाचा विसावा मिळत नसावा. पोरेसोरेसुद्धा... अरे ! ही तर आबांनी हातांनी उचलून उंच केलेली छोटी विजया घंटा वाजवतेय् ! कुठल्या बरं देवळात..

ते देऊळ कुठल्या देवाचे आहे हे पाहण्याचा सुभाषने खूप प्रयत्न केला, पण काही केल्या ते त्याला ओळखता येईना.

घंटानाद एकदम थांबला. कानापाशी गुणगुणणारा एक डास पुन: पुन्हा आपला चावा घेत आहे याची जाणीव सुभाषला झाली. तो मारण्याचा निष्फळ प्रयत्न त्याने केला. डास अलगद निसटला. त्याच्या हातांना मात्र झिणझिण्या आल्या.

या धडपडीत त्याला पुरी जाग आली. कुठे तरी दूरवर पडणारे

बाराचे टोले वातावरणात पाठशिवणीचा खेळ खेळत त्याच्या कानांपर्यंत येऊन पोचले. एकदम साऱ्या गोष्टी त्याला आठवल्या. अकरा वाजून गेले तरी आपण जागेच होतो. 'उद्या पहाटे लवकर उठायचंय्. झोप जा तू.' असे आबांनी तीन-चार वेळा आपल्याला सांगितले, पण आपण ऐकले नाही. मग आबा आपल्यावर रागावले. नाईलाजाने पण नाखुषीने आपण अंथरुणावर येऊन पडलो. मात्र काही केल्या आपल्याला झोप येईना. एरवी आपण नऊ वाजता निजलो तरी सकाळी सहाला आबांना आपल्याला जोरजोरात हलवून जागे करावे लागते. पण आज-

असे का व्हावे याचा तो विचार करू लागला. लहानपणापासूनचे तीन-चार प्रसंग क्षणार्धात त्याच्या डोळ्यांपुढे उभे राहिले. त्या त्या वेळी त्याची झोप अशीच उडून गेली होती.

तोच पाच वर्षांचा असेल-नसेल. मामांनी मुंबईहून खेळातले विमान आणले होते त्याच्यासाठी. त्याच्या नादाने तो झोपेना. तेव्हा आईने ते काढून घेतले आणि कुठे तरी लपवून ठेवले. रात्रभर तो त्या विमानासाठी तळमळत होता !

तो इंग्रजी शाळेत गेला तेव्हा असेच झाले होते. त्याच्या वाढदिवशी आबांनी मोठ्या हौसेने त्याला क्रिकेटची बॅट आणि चेंडू आणून दिला. संध्याकाळी शाळा सुटल्यावर बाजारात जाऊन आबा त्या वस्तू घेऊन आले. सुभाषला त्यांनी चकित करून सोडले. पण अगदी करकरीत तिन्हीसांज झाली होती तेव्हा बॅट आणि चेंडू पुन:पुन्हा हातात घेऊन पाहण्यापलिकडे त्याला दुसरे काही करता येईना. त्या रात्री किती वेळ या कुशीवरून त्या कुशीवर तो तळमळत राहिला. तीन-चार वेळा तो अंथरुणावर उठून बसला. बॅट आणि चेंडू घेऊन चोरपावलांनी दाराची कडी काढावी आणि शाळेजवळच्या मैदानावर जाऊन एकटेच खेळत बसावे असे त्याला पुन:पुन्हा वाटले. पण काळोखाच्या भीतीने त्याचा तो बेत जागच्या जागी राहिला.

पुढे तिसरीत आबांनी त्याला हरिभाऊंची 'उष:काल' कादंबरी वाचायला दिली. आदितवार होता तो. दिवसभर वाचून संध्याकाळी त्याने ती संपविली. तिने त्याचे मन धुंद करून सोडले. त्या धुंदीत साहसाचा सुवास होता, अद्‌भुतरम्यतेचे सौन्दर्य होते, आपणही देशासाठी काही तरी केले पाहिजे या भावनेचे संगीत होते.

आणि त्यानंतर आलेली ती काळीकुट्ट रात्र-

संध्याकाळी आबा वाचनमंदिरातून परत आले ते डोळे पुशीतच ! कुणी तरी गोळ्या झाडून गांधींचा खून केला होता. त्या रात्री आईने सुभाषला सक्तीने पानावर बसविले. पण त्याला जेवण गोड लागले नाही. घास घशातल्या घशात फिरू लागला. अंथरूणावर पडल्यावर फोटोतली गांधींची ती हसरी मुद्रा त्याच्या डोळ्यापुढे पुन:पुन्हा येऊ लागली. ते त्यांच्या अमर आत्म्याचे स्मित होते. गोळ्यांनी रक्तबंबाळ झालेल्या शरीराचा जणू काही ह्या आत्म्याशी काहीच संबंध नव्हता. ती सारी रात्र पाण्याबाहेर काढलेल्या मासळीसारखी सुभाषने तडफडत काढली होती.

या साऱ्या रात्री त्याला आठवल्या. जीवनात नव्याने प्रवेश करणारे सुख किंवा दु:ख आपल्याला बेचैन करून सोडते; काड्याच्या पेटीत कोंडून ठेवलेल्या फुलपाखरासारखी आपल्या मनाची स्थिती होते, हे आता त्याला पहिल्यांदाच स्पष्टपणे जाणवले. तो स्वत:शीच हसला. आयुष्यात उद्याचा दिवस फार महत्त्वाचा आहे. साऱ्या हिंदुस्थानात प्रसिद्ध म्हणून गाजलेले दादासाहेब ठाकूर उद्या आपल्या शाळेतल्या स्वातंत्र्यदिनाकरिता येणार. आबांचे जुने स्नेही म्हणून आपल्या घरी उतरणार. त्यांची स्वाक्षरी आणि संदेश घेण्याचा पहिला मान आपल्याला मिळणार ! शाळेतल्या कार्यक्रमात गांधीजींचे बेचाळीसचे भाषण आपण पाठ म्हणून दाखविणार आहोत. ते ऐकल्यावर दादासाहेब आपली पाठ थोपटतील. 'आज ही भाषणे पाठ म्हणणारी मुलेच उद्या पुढारी म्हणून असली भाषणे करतील' असे उद्‌गार ते काढतील. मग टाळ्यांचा कडकडाट होईल. आपण लाजून मान खाली घालू...

गेला महिनाभर ही सारी स्वप्ने त्याच्या डोळ्यांपुढे तरळत होती. दूर दूर दिसणारा तो पंधरा ऑगस्टचा दिवस उद्या उजाडणार होता. दादासाहेब उद्या पहाटेच्या गाडीने येणार या विचाराने सुभाषच्या मनातल्या इच्छा, स्वप्ने आणि आकांक्षा यांच्या अर्धस्फुट कळ्या आता लगबगीने उमलू लागल्या होत्या. त्यांच्या संमिश्र सुगंधाने त्याचे मन दाटले होते, भारावले होते, धुंद होऊन गेले होते.

अंथरुणावर विचार करीत पडून रहाणे त्याला अगदी अशक्य झाले. तो हळूच उठला आणि पाऊल न वाजविता खिडकीकडे गेला. अरुंद बोळातल्या जुनाट घराची लहानशी खिडकी होती ती ! त्या खिडकीतून त्याने डोकावून बाहेर पाहिले. ऐन पावसाळ्यात मध्यरात्री किती स्वच्छ दिसत होते ! जणू काही पाळण्यातून टक लावून पाहणाऱ्या बालकाचे

डोळेच ! त्या निरभ्र आभाळाचा मोहक निळसरपणा सुभाषच्या डोळ्यात भरला. अभिषेकानंतर चमकणारी आजोळच्या कोकणी खेड्यातली रामेश्वराची पिंडी त्याला आठवली. कुठे तरी पूजा चालली आहे, असा मघाशी गुंगीत आपल्याला भास झाला तो काही खोटा नव्हता असे त्याला वाटले. केवढे भव्य, उत्तुंग देवालय बाहेर डौलाने उभे होते ! या विशाल देवालयात चांदण्यांची फुले किती गोडपणाने हसत होती. त्यांचा सुगंध...

सुभाषची कल्पना नाचत नाचत म्हणत होती, तारकांना सुगंध असलाच पाहिजे. त्या आपल्यापासून लक्षावधी योजनांवर फुलतात; म्हणून ही फुले आपल्याला हुंगता येत नाहीत, त्यांचा सुगंध आपल्याला जाणवत नाही.

गांधीजींच्या फोटोला घालण्याकरिता आबांनी संध्याकाळी आणलेल्या हाराची त्याला आठवण झाली. तो हळूच पुढच्या खोलीत गेला आणि त्या फोटोच्या खाली उभा राहिला. हारातली फुले हळूहळू उमलत होती. हिरवळीवर बागडणाऱ्या सशाप्रमाणे त्यांचा सुवास खोलीच्या कोपऱ्या- कोपऱ्यात स्वैरपणाने नाचत होता. या अदृश्य सशाला पकडावे, त्याला पोटाशी धरून कुरवाळावे, त्याच्या मऊ लवीवरून आपले ओठ फिरवावे, त्याच्या गालावर आपला गाल ठेवून कुठले तरी नाचरे गाणे गुणगुणावे, अशी तीव्र इच्छा सुभाषच्या मनात निर्माण झाली. दादासाहेबांच्या स्वागताकरिता आबांनी मोठ्या कष्टाने सजविलेल्या त्या खोलीतल्या प्रत्येक वस्तू अस्पष्ट प्रकाशातही त्याला स्वच्छ दिसू लागली. उसना आणलेला फोटो उजव्या कोपऱ्यात होता. डाव्या कोपऱ्यात एका शिसवीच्या टेबलावर गांधीजींचा छोटा संगमरवरी पुतळा हसत होता. जमिनीवरली शाईनं रंगवलेली जुनी सतरंजी अंतर्धान पावून तिथे सुंदर गालिचा अवतीर्ण झाला. त्या गालिच्यात गुंफलेली ती तऱ्हेतऱ्हेची सुंदर चित्रे...

झगझगीत प्रकाशात त्या खोलीचे सौंदर्य डोळे भरून पाहण्यासाठी सुभाषचे मन आतूर झाले. पण आबांची झोप फार हलकी आहे. बटनाच्या आवाजाने सुद्धा ते जागे व्हायचे. या विचाराने त्याने आपले मन मोठ्या कष्टाने आवरले.

खोलीतल्या काळोखाच्या पडद्यावर त्याला उद्याची चित्रे दिसू लागली. दादासाहेब इथे तक्क्याला टेकून बसतील. आपण दारात संकोचाने उभे आहोत हे लक्षात येताच ते आपली काही तरी थट्टा करतील आणि मग आपल्याला जवळ घेऊन पाठ थोपटीत ते म्हणतील...

त्या स्पर्शाच्या कल्पनेने त्याचे शरीर पुलकित झाले. दादासाहेब म्हणजे केवढी असामान्य व्यक्ती ! ते आणि आबा एका शाळेत शिकले. पुढे चळवळीत पडून एकाच राष्ट्रीय शाळेत शिक्षक झाले, पण आबांना आपली शाळासुद्धा धड चालविता आली नाही. दादासाहेब मात्र मुंबईला जाऊन संपादक बनले, पुढारी झाले. बेचाळीसच्या चळवळीत मध्यरात्री तटावरून उडी टाकून ते तुरुंगात निसटून गेले होते. त्यांच्या व्याख्यानाला मुंबईला लाख लाख लोक जमतात. त्यांचे फोटो कितीतरी वर्तमानपत्रांत छापून येतात-

गेल्या एक-दोन वर्षात कातरून चिकट-बुकात लावून ठेवलेले वर्तमानपत्रातले दादासाहेबांचे फोटो सुभाषच्या डोळ्यांपुढे उभे राहिले. एकात गांधीजींच्या भव्य पुतळ्याच्या पायांशी विनयाने बसले होते, दुसऱ्यात पुराच्या पाण्याप्रमाणे सर्वत्र पसरलेल्या हजार लोकांना उद्देशून ते आवेशाने बोलत होते, तिसऱ्यात विमानतळावर ते कुणातरी पुढाऱ्याचे स्वागत करीत होते. आबांच्या तोंडून त्यांच्या कर्तृत्वाची प्रशंसा सुभाष लहानपणापासून ऐकत आला होता. त्यामुळे त्याचे बालमन नकळत त्यांची पूजा करू लागले होते. अलीकडे वर्तमानपत्रे वाचायला गोडी लागल्यामुळे मिळेल तेथून दादासाहेबांचा फोटो कापून घ्यायचा नाद त्याला जडला होता. चिकट-बुकात लावलेले त्यांचे ते अनेक फोटो पाहता त्यांच्या अंतर्मनात एकदम वीज चमकल्यासारखे होई. त्याच्या कुठल्या तरी सुप्त शक्ती जागृत होत. जणू काही सोसाट्याच्या वाऱ्याने वरची राख उडून जाई आणि परिस्थितीने आत दाबून, दडपून ठेवलेला महत्त्वाकांक्षेचा नैसर्गिक स्फुल्लिंग प्रज्वलित होई. आपण गरीब आहोत, आपले आबा एक सामान्य शिक्षक आहेत, या गोष्टीचा त्याला विसर पडे. आपणही उद्या दादासाहेबांच्यासारखे होऊ, पुढारी म्हणून चमकू, गांधींचे कार्य पुढे चालवू असे त्याला वाटे. आबा शाळेतल्या वादविवाद मंडळात सुद्धा चाचरत बोलतात ! पण आपण ? गांधीजींचे ते ऐतिहासिक भाषण अभिनयपूर्ण पद्धतीने म्हणायचे काम उद्या हेडमास्तरांनी आपल्याकडे सोपविले आहे ते उगीच ?

तो एकदम घाबरला. संध्याकाळी आबांच्यापुढे त्या भाषणाची तालीम करताना तो दोन-तीनदा अडखळला होता. उद्या शाळेत त्याच चुका झाल्या तर आपली फटफजिती होईल, शाळेचे नाव जाईल. आपला आदर्श असलेले दादासाहेब ते भाषण ऐकणार आहेत, ते उत्कृष्ट व्हायलाच

हवे. रात्रभर जागावे लागले, घोकत बसावे लागले तरी हरकत नाही. पण...

अगदी हलक्या आवाजात तो ते भाषण स्वत:शी म्हणू लागला. गांधींच्या फोटोपुढे उभे राहून आपण त्यांचे भाषण त्यांना ऐकवीत आहोत या कल्पनेची त्याला मोठी मौज वाटली. सारे भाषण घडघड म्हणून झाले. खाड्खाड् करीत मेलगाडी दिमाखाने जावी तसे ते त्याला वाटले. त्याचा जीव भांड्यात पडला. उच्चाराचीसुद्धा चूक राहू नये म्हणून ते भाषण त्याने दुसऱ्यांदा म्हणायला सुरुवात केली. आता त्यातले एक-एक वाक्य भोवताली पसरलेल्या अंधारावर प्रकाशाचा झोत टाकीत आहे. जगातले दैन्य आणि दु:ख कसे कमी होईल याचा मार्ग दाखवीत आहे असा त्याला भास झाला. उंच डोंगर चढून गेल्यावर कधीही न पाहिलेले सृष्टीचे भव्य आणि रम्य स्वरूप दृष्टीला पडावे तसे त्याला ते भाषण संपविताना वाटत होते.

सुभाषने बाहेर पाहिले. उजाडल्यासारखा प्रकाश... तो स्वत:शीच हसला. दादासाहेबांना केव्हा पाहीन, त्यांची स्वाक्षरी केव्हा घेईन असे गेले तीन-चार दिवस त्याला झाले होते. ही रात्र जितकी लवकर संपेल तितके त्याचे स्वप्न...

तो खिडकीजवळ गेला. पूर्वेकडे वीज चमकू लागली होती. ती चमकली म्हणजे प्रकाशाचा भला मोठा फवारा क्षणभर हाले, डोले आणि दुसऱ्या क्षणी काळोखात अदृश्य होई ! ते चमकणारे तारे पाहून जत्रेत देवाच्या पालखीवरल्या ढाळल्या जाणाऱ्या चवऱ्यांची त्याला आठवण झाली. मघाची गुंगीतली कल्पना त्याच्या मनात पुन्हा तरंगू लागली. सृष्टीच्या विशाल देवालयात महापूजा चालली आहे. या चमकणाऱ्या विजा म्हणजे देवापुढे ओवाळली जाणारी निरांजने तर नसतील ना ? एरवी भयंकर वाटणारी मध्यरात्र या पूजेच्या भावनेमुळे किती पवित्र आणि सुंदर वाटते !

लहानपणी आईच्या मांडीवर डोके ठेवून घटका घटका तो तिच्याकडे टक लावून पाहात पडे. साऱ्या जगावर निद्रेची पाखरं पसरणाऱ्या, एखाद्या देवीप्रमाणे भासणाऱ्या मध्यरात्रीकडे अनिमिष नेत्रांनी तो असाच पाहू लागला.

✳

उजाडताच आबा स्टेशनावर जायला निघाले. सुभाषला त्यांनी मोठ्या हौसेने बरोबर घेतले. पाहुण्यांना आणण्याकरिता ओळखीच्या एका डॉक्टरांची मोटार आबांनी मागितली होती. ती दारात येऊन उभी राहिली. खाडकन् तिचे दार उघडून आत बसताना सुभाषाला मोठा आनंद झाला. ती सुरू

होणार इतक्यात घाईघाईने दार उघडून तो घरात धावत गेला. आबांना त्याच्या या विचित्र धावपळीचा अर्थ कळेना. ते त्याच्यावर थोडेसे चिडलेसुद्धा ! सुभाष लगेच परत आला. त्याच्या हातात स्वाक्षरी घ्यायचे छोटे सुंदर पुस्तक होते. स्टेशनावर दुसरा कुणी तरी मुलगा आपल्या आधी दादासाहेबांची स्वाक्षरी घेईल या भीतीने त्याने घरात धावत जाऊन ते आणले होते. त्यातले पहिले पान त्याने उघडले. गांधींची सही होती तिथे ! हरिजन फंडाकरिता पाच रुपये देऊन आबांनी सुभाषसाठी मुद्दाम घेतली होती ती ! ती सही घेतली तेव्हा आबांना ते पाच रुपये स्वत:च्या औषधासाठी हवे होते, पण 'औषध काय, पुढच्या महिन्याला घेता येईल. मी काही तसा आजारी नाही. शिवाय ही इंग्रजी औषधं भारी महाग असतात. उगीच पाच रुपयांची बाटली घेऊन परदेशी पैसा पाठविण्यात काय अर्थ आहे ?' असे आबा त्यावेळी बोलले होते. गांधींची स्वाक्षरी पाहता पाहता ते शब्द सुभाषला आठवले. त्या वेळी त्याचा अर्थ त्याला कळला नव्हता, आज एकदम तो त्याला उमगला. तो आबांकडे आदराने पाहू लागला. त्याला वाटले, स्वाती सुरू झालं म्हणजे समुद्रातल्या शिंपल्यांची तोंडे उघडतात आणि त्यात पडणाऱ्या पावसाच्या थेंबांचे मोती होतात, असे वामन पंडितांचा एक श्लोक शिकविताना मराठीचे मास्तर म्हणाले होते. आपल्या मनाचे सारे सारे कप्पे त्या शिंपल्याप्रमाणे आज उघडले जात आहेत. दादासाहेबांचा शब्द नि शब्द मनाच्या या उघड्या कप्प्यात आज आपण टिपून ठेवला पाहिजे, तरच आपल्याला त्यांच्यासारखे मोठे होता येईल, जगाचे डोळे दीपतील असे काही तरी करून दाखविता येईल !

ते स्टेशनावर आले तेव्हा गाडी यायला दहा-पंधरा मिनिटे होती. आवारात सात-आठ सुंदर मोटारी डौलाने उभ्या असलेल्या त्याला दिसल्या. वरातीत नटून थटून मिरवणाऱ्या बायकांसारख्या वाटल्या त्या त्याला ! त्यातल्या दोन-तीन त्याच्या ओळखीच्या होत्या. ती-ती फिकट निळ्या रंगाची गाडी कलेक्टरांची, खाली काळी आणि वर पिवळी असलेली ऐटबाज गाडी गिरणी मालकांची, परक्या पोरीप्रमाणे दिसणारी ती बेबी ऑस्टिन...

काळाबाजार करून या काळ्यापिवळ्या गिरणी मालकाने लाखो रुपये मिळविले आहेत, असे आबांच्या तोंडून त्याने अनेकदा ऐकले होते. ही लुच्ची माणसे दादासाहेबांच्या पुढे नाचायला आणि त्यांना आपल्या बंगल्यात उतरवून घ्यायला आली असतील ! ते आपल्या गाडीत येऊन

बसले म्हणजे या धेंडांची चांगली खोड मोडेल. या विचाराने सुभाषला गुदगुल्या झाल्या.

आबांबरोबर तो फलाटावर आला. नखशिखान्त खादीचा पांढरा शुभ्र पोषाख केलेले गिरणी-मालक समोरच उभे होते. त्यांना पाहताच आबांनी झटकन् आपले हात वर उचलले. सुभाषला आबांचा राग आला. ज्या माणसाला फाशी दिले पाहिजे असे ते घरी म्हणतात, त्याला नमस्कार करण्याइतकी लाचारी का दाखवावी हे त्याला कळेना आबांच्या दुबळेपणाविषयी त्याच्या मनात तिरस्काराची छटा निर्माण झाली.

गाडी स्टेशनात घुसली. सारी बडी मंडळी लगबगीने पहिल्या वर्गाच्या डब्याकडे धावली. या गर्दीतून पुढे होऊन आबांनी डब्यात शिरावे आणि दादासाहेबांचा हात धरून त्यांना खाली घेऊन यावे असे सुभाषला एकसारखे वाटत होते. त्याला त्यांच्या दुबळेपणाची मनस्वी चीड आली. भेदरलेल्या सशाप्रमाणे डब्याकडे भिरीभिरी पाहात ते नुसते उभे होते.

किती तरी लोकांनी वानराप्रमाणे पटापट डब्यात शिरून दादासाहेबांना हार घातले. मग कलेक्टर त्यांचा हात धरून डब्याकडे आले. स्मितयुक्त मुद्रेने दादासाहेब सर्वांना नमस्कार करीत होते. त्यांची ती हसरी रुबाबदार मूर्ती पाहून सुभाष आनंदाने फुलून गेला. आपण दादासाहेबांना गुरू केले तर मोठेपणी आपलेही असेच स्वागत होईल ही कल्पना त्याच्या मनाच्या कोपऱ्यात लाजत, मुरकत हसली आणि अदृश्य झाली. त्याची छाती धडधडू लागली. आबांना जोराने पुढे ढकलावे, नाहीतर आपणच दादासाहेबांना मोठ्याने हाक मारावी, असे त्याच्या मनात आले. पण त्याचा हात हालला नाही, तोंड उघडले नाही.

इतक्यात दादासाहेबांची दृष्टी आबांकडे वळली. त्यांनी हात उंच करून हलवला. गर्दीतून वाट काढीत घाईघाईने ते पुढे आले. आबांना कडकडून मिठी मारली त्यांनी ! चौदा वर्षांनी राम भरताला भेटला तेव्हाचे वर्णन सुभाषने एका कवितेत वाचले होते, तसे भेटत होते आबा आणि दादा ! दादासाहेबांनी आपल्या गळ्यातील एक हार काढून तो आबांच्या गळ्यात घातला आणि कलेक्टर, गिरणी-मालक इत्यादी बड्या मंडळींकडे वळून ते म्हणाले, 'किती किती वर्षांनी आम्ही बालमित्र भेटतोय !'

सुभाष दादासाहेबांच्याकडे मोठ्या भक्तीने पाहू लागला. हा कोण म्हणून पुढल्या क्षणी आबांना विचारणार या कल्पनेने त्याची छाती धडधडू

लागली. दादासाहेब आबांशी कुजबुजत होते. ते थेट कलेक्टरांच्या बंगल्यावर जाणार आहेत ही जाणीव त्या कुजबुजीतून सुभाषला झाली. डोंगरमाथ्यावर उगवत्या सूर्यबिंबाचे दर्शन घेत उभ्या असलेल्या मनुष्याला येऊन कुणी तरी दरीत ढकलून द्यावे तसे त्याला झाले ! इतक्यात कलेक्टर दादासाहेबांना म्हणाले, 'चलायचं ना ?'

कलेक्टरांबरोबर एक कुरळ्या केसांचा बारा-तेरा वर्षांचा मुलगा होता. तो दिसताच सुभाषचा सारा धीटपणा जागृत झाला. त्या मुलाला आपल्या आधी स्वाक्षरी मिळता कामा नये या इर्षेने तो एकदम पुढे झाला आणि दादासाहेबांना म्हणाला, 'मी आबांचा मुलगा-सुभाष ! मला स्वाक्षरी हवीय तुमची; आणि संदेशही !'

दादासाहेबांनी त्याच्याकडे कौतुकाने पाहिले आणि आबांकडे वळून ते म्हणाले, 'तुझ्यासारखा भित्रा नाही हा ! उद्या परदेशात आपल्या राष्ट्राचा वकील म्हणून चांगलं काम करील !' सारी मंडळी मोठ्याने हसली. सुभाषची पाठ थोपटीत दादासाहेब म्हणाले, 'मोठं छान नाव आहे हं तुझं !' मग त्याच्या हातातले स्वाक्षरीचे ते छोटे पुस्तक घेऊन झर्रकन त्यांनी त्यात काही तरी लिहिले. सुभाषने वही परत घेतली. दादासाहेबांनी वळणदार अक्षरात संदेश दिला होता- 'जीवन ही पूजा आहे.' सुभाषच्या हृदयाला या वाक्याने गुदगुल्या केल्या. त्याच्या डोळ्यांपुढे अनेक दृश्ये एकमेकांत मिसळत गेली. सुंदर मूर्ती, सुवासिक फुले, शुचिर्भूत माणसे, स्वत:ला जाऊन घेऊन सुगंध पसरविणाऱ्या उदबत्त्या आणि कापराच्या वड्या, मंजुळ घंटानाद, गंभीर मंत्रघोष....

ते वाक्य म्हणजे एका उच्च, उदात्त जगाचे महाद्वार होते !

*

पाहुणे आपल्या घरी उतरायला आले नाहीत म्हणून आईला फार वाईट वाटले हे सुभाषच्या लक्षात आले. पण तो आपल्याच नादात होता. स्वत:शीच गुणगुणत होता, 'जीवन ही पूजा आहे.' आईने आबांना प्रश्न केला, 'त्यांनी आपल्याकडे यायचे कबूल केलं होतं ना ?' आबा उत्तरले, 'अगं, आपणहून लिहिलं होतं त्यानं मला तसं ! पण तो फार बडा माणूस झालाय ! मोठ्या माणसांना आपल्या मनाप्रमाणं वागता येत नाही कधी. काही करून जेवायला येतोच येतो, असं म्हणाला हे काय थोडं झालं ?' एरवी हे बोलणे ऐकून सुभाष स्वस्थ बसला नसता. पण त्याचे मन

वाऱ्यावर तरंगणाऱ्या एखाद्या पिसाप्रमाणे स्वच्छंदाने भ्रमत होते. दादासाहेबांचा तो संदेश त्याच्या डोळ्यांपुढे नाचत होता. त्याच्या पाठीला त्यांचा वत्सल स्पर्श क्षणोक्षणी जाणवत होता.

नऊ वाजता तो शाळेत गेला तो एखाद्या फुलपाखरासारखा ! क्षणाक्षणाला तो आपल्या भाषणाची मनातल्या मनात उजळणी करीत होता. पण दादासाहेबांना मुळातच शाळेत जायला उशीर झाला. त्यांनी पत्रकारांना दिलेली मुलाखत फार वेळ लांबली म्हणे ! पुढे अधिक वेळ शाळेत थांबणेही त्यांना शक्य नव्हते. गाणी, संवाद वगैरे कार्यक्रम रद्द करण्याशिवाय हेडमास्तरांना गती उरली नाही. गांधींचे ते स्फूर्तिदायक भाषण दादासाहेबांच्या पुढे म्हणून दाखविण्याची संधी हुकली म्हणून सुभाषचा फार विरस झाला. ते बोलू लागले तेव्हा त्यांच्या भाषणाकडे काही केल्या लक्ष लागेना ! मध्येच टाळ्यांचा मोठा कडकडाट झाला. दादासाहेब काहीतरी फार सुंदर बोलले असावेत. मोठ्या कष्टाने मन एकाग्र करून तो ऐकू लागला. ते म्हणत होते,

'उद्याचे नेहरू आणि पटेल तुमच्यातून निर्माण व्हायचे आहेत !' लगेच सुभाषकडे बोट दाखवून ते म्हणाले. 'हा तुमच्यातला सुभाष उद्या खरोखरीच दुसरा सुभाषचंद्र बोस होईल तो. त्यात अशक्य असं काय आहे ?' टाळ्यांचा मोठा कडकडाट झाला. सुभाषला अतिशय शरमल्यासारखे वाटले; पण ते क्षणभरच ! दुसऱ्याच क्षणी आनंदाच्या डोंगरलाटांवर त्याच्या शरीराचा कण नि कण नाचू लागला !

भाषण संपल्यावर दादासाहेब आपल्या घरी जेवायला येतील अशी त्याची अपेक्षा होती; पण आबांच्या कानाशी लागून ते गिरणी मालकांच्याबरोबर जायला निघाले, तेव्हा मात्र त्याला त्यांचा राग आला. दादासाहेब राष्ट्रीय शाळेत होते तेव्हाच्या त्यांच्या आवडीनिवडी आबांनी आईला सांगितल्या होत्या. तिने मुद्दाम त्यांच्या आवडीचे पदार्थ केले होते. पण-

संध्याकाळी आबांच्याबरोबर सभेला जाईपर्यंत सुभाष चिडलेल्या मनःस्थितीत होता. पण दादासाहेबांचे भाषण सुरू झाले मात्र ! सोसाट्याच्या वाऱ्याने पाहता पाहता आभाळातले काळेकुट्ट ढग नाहीसे व्हावेत, त्याप्रमाणे चीड, असंतोष, विफलता यांनी काजळलेले त्याचे मन त्याला नकळत प्रसन्न होऊ लागले. एखाद्या सुंदर खाडीच्या प्रवाहात वल्हेसुद्धा न हलविता नौकेने तरंगत जावे तसा अनुभव त्याला आला. असले वक्तृत्व त्याने

आजपर्यंत ऐकले नव्हते. हजारो लोक शांतपणाने दादासाहेबांचा शब्द नि शब्द जणू काही हृदयावर कोरून घेत होते. मध्येच निर्माण होणाऱ्या हशाने किंवा कडकडणाऱ्या टाळ्यांनी चित्राप्रमाणे तटस्थ बसलेल्या त्या सभेचे स्वरूप अधिक गंभीर भासे. दादासाहेबांनी गांधीजींचा वारंवार उल्लेख केला. त्यांच्या मार्गाने केवळ आपलेच नव्हे, तर साऱ्या जगाचे सारे प्रश्न सुटणार आहेत, असे त्यांनी आवेशाने सांगितले. त्यांच्या प्रतिपादनाचा अर्थ सुभाषला नीट कळला नाही; पण दादासाहेबांना तो मार्ग माहीत आहे, आबांसारख्या आपल्या मित्राच्या मुलाला ते तो केव्हाही दाखवतील, या कल्पनेने त्याचे मन फुलून गेले. चाळीस मुलांचा वर्गसुद्धा आपल्या आबांना शांत ठेवता येत नाही; पण दादासाहेब मात्र एखाद्या जादुगाराप्रमाणे हजारो मोठ्या माणसांना एका जागी दीड-दोन तास खिळवू शकतात हे पाहून त्याचा त्यांच्याविषयीचा आदर दुणावला. शाळेतल्या वाद-विवाद सभांत आपण चांगले बोलतो, तो गुण आपला खूप खूप वाढविला पहिजे म्हणजे आपल्यालाही असा दिग्विजय करता येईल, ह्या सुखस्वप्नात तो रमून गेला.

सभा संपल्यावर दादासाहेबांनी आबांना मुद्दाम बोलावून घेतले. गिरणीमालकांच्या त्या मोठ्या सुंदर काळ्या-पिवळ्या गाडीत आबांना आणि सुभाषला चढवीत ते म्हणाले, 'सुटलो एकदाचा ! आता एक तासभर तुझ्या घरी निवांतपणानं काढायला हरकत नाही.' घरी येताच मुद्दाम स्वयंपाकघरात जाऊन ते म्हणाले, 'वहिनी, तुम्ही खूप रागावला असाल माझ्यावर ! पण माझा अगदी नाईलाज होता बघा. त्या कलेक्टरांच्या भावाला आपली मुलगी द्यायचा बेत चाललाय आमच्या काकांचा. या सौभद्रातलं कृष्णाचं काम अचानक माझ्याकडे आलं. त्या गिरणीवाल्याची कुठलीशी एजन्सी माझ्या मेव्हण्याच्या मेव्हण्याला हवी आहे; ते काम नसतं तर उद्या घरी गेल्यावर... अहो तुरुंगाला न भिणारा माणसूसुद्धा आपल्या बायकोला भितोच !'

सारी एकदम हसली. दादासाहेबांच्या या बोलण्याची सुभाषला मोठी गंमत वाटली. ते पुढे म्हणाले, 'दुपारी माझ्यासाठी तुम्ही जे केले असेल ते सारं डब्यात घालून द्या. मला रात्री गाडीत स्वस्थपणानं... मात्र आता फक्कडसा चहा हवा हं ! दोन तास आपला वेड्यासारख्या ओरडत होतो. तुमचा चहा होईपर्यंत मी अन् आबा गप्पा मारीत बसतो. खूप खूप बोलायचं राहिलंय आमचं !'

चहा घेऊन जाण्याकरिता आईने सुभाषला स्वयंपाकघराच्या दारात तिष्ठत ठेवले तेव्हा असा राग आला त्याला तिचा ! दादासाहेब कसे बसतात, उठतात, काय काय बोलतात, आबांशी ते किती मनमोकळेपणाने वागतात, हे सारे सारे त्याला पाहायचे होते. डोळ्यांनी पिऊन हृदयात साठवावयाचे होते. जणू काही ओसाड रानात पारिजातक एकदम बहरला होता, त्याची मोहक फुले टपटप खाली पडत होती आणि ती नाजुक सुगंधी फुले वेचायला त्याची आई त्याला बंदी करत होती ! कुणाच्या तरी करंगळीने सतारीची तार कंपित व्हावी; पण लगेच ती अंगुली दूर होऊन तिच्यातून स्पष्ट असा कुठलाही स्वर निघू नये तशी त्याच्या मनाची स्थिती झाली. स्टोव्हवर पाच-सात मिनिटांत चहा झाला. पण ती मिनिटे त्याला पाच-सात शतकांसारखी वाटली.

ताटात चहाचे पेले आणि चिवड्याच्या बशा घेऊन मोठ्या अधिरतेने सुभाष बैठकीच्या खोलीकडे वळला. तो दारापासून दूर असतानाच दादासाहेबांचे शब्द त्याच्या कानावर पडले, 'सुभाष आत्ता सहावीत आहे ना ? पुढे मॅट्रिक झाल्यावर त्याला कुठला कोर्स-'

आबा मध्येच किंचित घोगऱ्या आवाजात उद्गारले, 'तुझ्या वशिल्यानं कुठं तरी नोकरीत चिकटवून द्यावा म्हणतो त्याला !'

सुभाष जागच्या जागी थबकला. त्याचे हात कापू लागले. आपल्या हातातले ताट खाली पडते की काय असे क्षणभर त्याला वाटले. त्याच्या वर्गातला तीन विषयांत नापास होणारा हॉटेलवाल्याचा मुलगासुद्धा कॉलेजात जाण्याचा बेत करीत होता. खूप खूप शिकायचे, विद्वान व्हायचे, दादासाहेबांच्यासारखी देशसेवा करायची, अशी किती तरी स्वप्ने, पहिल्या पाच नंबरात नेहमी राहणाऱ्या सुभाषच्या मनात गेल्या वर्ष-दीड वर्षात उमलू लागली होती. पण आबांच्या त्या एका वाक्याने त्या रंगीबेरंगी स्वप्नांचे तुकडे तुकडे झाले. त्या तुकड्यांच्या काचा आपले काळीज कापीत जात आहेत असा त्याला भास झाला.

आबांचे शब्द ऐकू येऊ लागले, 'हे पहा दादा, मी पडलो गरीब मास्तर ! सुभाषला शिकवायची फार हौस आहे मला, पण सध्याच्या काळात गरिबांनी हौस बाळगणं हा शस्त्र बाळगण्यापेक्षा सुद्धा मोठा गुन्हा आहे !' मोठ्याने हसून दादासाहेब उद्गारले, 'अगदी तीस वर्षांपूर्वीचा राष्ट्रीय शाळेतला मास्तर राहिलायस तू अजून ! रागावून नकोस, आबा.

विशी-पंचविशीत तुझा ध्येयवाद ठीक होता. मी सुद्धा तुझ्याइतकाच ध्येयवादी होतो की तेव्हा ! पण तू एक गोष्ट विसरलास. झाडाला पाणी घालणारानं वर चढून फळ काढण्याची हिंमत दाखविली पाहिजे. तो जन्मभर पाणीच घालीत राहिला तर जाणाऱ्या-येणाऱ्यांनी फळ काढण्याकरिता मारलेले धोंडे टाळक्यात बसून त्याचा कपाळ मोक्ष तेवढा होतो !'

दादासाहेब बोलता बोलता थांबले. आता स्तब्ध बसले असावेत. ताटातला चहा निवून जात होता. आपण खोलीत जायला ही वेळ बरी आहे असे सुभाषला वाटले. इतक्यात दादासाहेबांचे शब्द त्याच्या कानावर आले. तो पुन्हा जागच्या जागी थांबला.

ते म्हणत होते, 'आबा, आजच्या जगात फक्त दोन प्रकारची माणसं सुखी होऊ शकतात- ढोंगी आणि संन्यासी !'

आबा वरकरणी हसत, पण अंतर्यामी चाचरत उद्‌गारले, 'थट्टा करतोय्स माझी दादा तू !'

दादासाहेब गंभीरपणे म्हणाले, ‘ही थट्टा नाही आबा. तीस वर्षांच्या माझ्या सार्वजनिक आयुष्याचं, माझ्या उत्कर्षाचं सार आहे हे ! तुझ्यापाशी तरी खरं बोलू दे मला ! बेचाळीसच्या चळवळीत तुरुंगाच्या उंच भिंतीवरून उडी मारून पसार झाल्याबद्दल लोक अजून जाहीर सभेत माझं कौतुक करतात, पण तो सारा डाव एका अडाणी शेतकऱ्याचा होता. त्याचं नाव सुद्धा कुणाला ठाऊक नाही. त्याची बायका-पोरं कुठं तरी कष्ट करून अर्धपोटी राबत असतील ! जग हे असं आहे ! त्याला काय करायचं ? सकाळी स्टेशनवर तुझ्या सुभाषनं मला संदेश मागितला. ‘जीवन ही पूजा आहे’ हे वाक्य मोठ्या ऐटीत मी त्याला लिहून दिले. लहान-लहान मुलांना असली नकली सुभाषितं फार आवडतात. त्यांचा खराखुरा अर्थ त्यांच्या लक्षात कधीच येत नाही. पण मोठी माणसं पूजा का करतात, सांगू का ? ज्याला आपण देव मानतो तो एक ओबड-धोबड काळा फत्तर आहे हे जगापासून-प्रसंगी स्वत:पासूनही लपवून ठेवण्यासाठी ! शब्दांच्या आणि भावनांच्या शृंगारानं जीवनातली कुरुप, नागडी-उघडी सत्यही आपण अशीच सुंदर बनवून दाखवितो !’

दादासाहेब थांबले. सुभाषला त्यांचे मघाचे व्याख्यान आठवले. तो आवेश तो उपदेश आणि हे उद्‌गार !

त्याचा आपला कानांवर विश्वास बसेना. मघाशी गांधींच्या तत्त्वज्ञानाचा तन्मयतेने पुरस्कार करणारे दादासाहेब आणि आता आबांपाशी आपले अंतरंग उघडे करणारे दादासाहेब एकच आहेत असे काही केल्या त्याला वाटेना. आता आबा कापऱ्या स्वराने म्हणत होते - ‘दादा, गांधींच्या चळवळीत बडा माणूस बनलास तू, तरी असं...’

दादासाहेब गंभीर स्वराने उत्तरले, ‘आबा, गांधींची गोष्ट निराळी, तुझ्या-माझ्यासारख्याची गोष्ट निराळी ! कैलासासारखी हिमालयाच्या उंच शिखरावर फक्त शंकरच राहू शकतो. ‘जीवन हे मंदिर आहे, त्याग हा त्याचा पाया आहे’ वगैरे कल्पना तशाच आहेत. त्या काळात छान दिसतात. त्या कविता सुभाषसारख्या पोरांना तू शाळेत अवश्य शिकवीत जा. पण शाळेच्या बाहेर तू शिक्षक नाहीस बाप आहेस. आपल्या मुलाला मोठं करणं, त्याला सुखी करणं, जगाच्या शर्यतीत तो पुढे राहील अशी व्यवस्था करणं हे तुझं कर्तव्य आहे. शाळेच्या चार भिंतीबाहेरचं जग हे मंदिर नाही, तो बाजार आहे. आबा, साधा बाजार नव्हे, अगदी मासळीबाजार !

हे जो विसरतो... तूच पहा. पुढं माझ्यापेक्षा लोकप्रिय शिक्षक झालास ! पण मी आज मुंबईला प्रशस्त बंगल्यात राहतो आणि तू एका सामान्य गावातसुद्धा गलिच्छ बोळातल्या जुनाट घरात !'

दादासाहेबांचे एक-एक वाक्य सुभाषच्या डोक्यात घणासारखे बसत होते. आपल्या मनात गेले वर्ष-दीड वर्ष तो ज्या ध्येयमूर्तीची पूजा करीत होता, तिच्या त्या घावांनी ठिकऱ्या उडत होत्या. त्या त्याला पाहवेनात. तो भान विसरला. आपल्या हातात चहाचे ताट आहे याची शुद्ध त्याला राहिली नाही. विचारांच्या आवेशासरशी त्याच्या हाताची पक्कड सैल झाली. त्याच्या हातातले ताट खाली पडले. त्यातल्या पेल्यांचे खळकन् तुकडे झाले. आबा कर्कश्श स्वराने ओरडले, 'गाढवा !'

लगेच ते खोलीतून रागारागाने बाहेर आले. फाडकन् त्यांनी सुभाषच्या थोबाडात मारली.

*

सुभाष दचकून जागा झाला. संत्रस्त मनाने त्याने डोळे किलकिले केले. आपल्या डोळ्यांवर कुणी तरी एकदम विजेच्या बत्तीचा प्रकाश टाकला असावा असे त्याला वाटले. खिडकीतून विकट हास्य करीत आलेल्या एका विजेच्या चमकाऱ्याने त्याचे डोळे दिपून गेले. ते घट्ट मिटून घेता घेता त्याला वाटले, मध्यरात्रीच्या अंधारात विजेची बत्ती घेऊन परमेश्वर काय शोधीत असेल बरे ? ती वस्तू फार महत्त्वाची असली पाहिजे. एवढ्यातेवढ्या गोष्टीसाठी देव कधी आपली सुखशय्या सोडून पृथ्वीवर असा धावत येईल का ? या कल्पनेचे त्याला मोठे कौतुक वाटले. अशा कल्पना पूर्वी आपल्या मनात येऊ लागल्या आहेत. असे का व्हावे ? अशा कल्पना सुचणे हे चांगले की...

त्याच्या उजव्या कानापाशी डास गुणगुणत होता. त्याला पकडण्याचा त्याने प्रयत्न केला; काल रात्रीसारखाच तो निष्फळ ठरला. त्या धांदलीत त्याचा हात आपल्या गालाला लागला. शरीराची वेदना क्षणभर स्फुंदून शांत झाली. त्याच्या मनाचे धुमसणे मात्र थांबेना. ज्या अपमानाचा विचार करून केवळ थकल्यामुळे त्याचे मन शांत शरीराच्या आश्रयाने स्वत:ला विसरू पाहात होते, त्याचा ते पुन्हा रागारागाने विचार करू लागले.

आबांविरुद्ध ते चिडून, उफाळून उठले. आपले वडील ढोंगी आहेत, दुबळे आहेत, जुलमी आहेत; त्यांच्याविरुद्ध आपण बंड केले पाहिजे.

आपण हे घर सोडून कोठेतरी दूर दूर गेल्याशिवाय त्यांना चांगली अद्दल घडणार नाही अशा तऱ्हेच्या विचारांनी ते भरून गेले.

उन्हाच्या झळांमागून झळा याव्यात तसे विचारांचे चक्र सुरू होते.

सकाळी त्या गिरणीमालकाला लाचारपणे नमस्कार करणारे आबा; आपल्या हातून चुकून ताट खाली पडले, त्यातले पेले फुटले, म्हणून काय त्यांनी आपल्यावर इतके रागवावे ? दादासाहेबांसारख्या प्रतिष्ठित पाहुण्यांच्या पुढ्यात त्यांनी एवढ्या मोठ्या मुलाच्या मुस्काटात मारावी ?

त्याच्या मनात आले, आपण मिळवते झालो की पहिल्या पगारातून अत्यंत सुंदर अशा कपबश्यांचे बारा जोड घेऊन ते आबांच्याकडे पाठवून देऊ. म्हणजे...

आपली ही कल्पना अगदी वेडगळ आहे असे त्याचे त्यालाच वाटले. आबांना नसली तरी दादासाहेबांना आपली किंमत... तो स्वतःशीच हसला.

सुभाष आता तरी दादासाहेबांचा विचार करू लागला; पण काल रात्रीप्रमाणे केवळ भक्तीच्या भावनेने त्याला त्यांच्याकडे पाहता येईना. आपल्या भावनेला कुठे तरी तडा गेला आहे याची जाणीव त्याला झाली. दादासाहेब आबांच्यापेक्षा मोठे आहेत, श्रेष्ठ आहेत, त्यात मुळीच शंका नाही. पण-

त्याच्या डोळ्यांपुढे आजोळच्या गावाजवळची ती दुसरी देवमूर्ती उभी राहिली. जागते देवस्थान होते ते ! हजारो माणसे लोटत देवाच्या त्या वार्षिक जत्रेला ! छोट्या सुभाषने ती गर्दी प्रथम पाहिली तेव्हा त्या देवाच्या मोठेपणाविषयी त्याची खात्री होऊन चुकली. पण पुढे एका सुट्टीत तो आजोळी गेला तेव्हा देवाची ती मूर्ती देवळाच्या मागच्या बाजूला अडगळीत अस्ताव्यस्त पडलेली त्याला दिसली ! तिचे पाय वाळवीने खाल्ले होते. त्या लाकडी देवाचा निर्जीव चेहरा अगदी केविलवाणा दिसत होता. गावकऱ्यांनी तिचे उच्चाटन करून तिच्या जागी दुसरी नवी मूर्ती स्थापन केली होती.

दादासाहेबांविषयीच्या विचारात गुंग असताना ती मूर्ती आपल्याला का आठवावी हे आपल्याला कळेना. पण काही केल्या ती त्याच्या डोळ्यांपुढून हलेना. सकाळी हसतमुखाने सर्वांचे नमस्कार घेत आगगाडीत उतरणारे सौजन्यमूर्ती दादासाहेब, शाळेत 'तुमच्यातूनच पुढच्या पिढीचे नेहरू, पटेल निर्माण होणार आहेत' म्हणून मुलांना हरभऱ्याच्या झाडावर चढविणारे व्यवहारचतुर दादासाहेब, संध्याकाळी हजारो लोकांना गांधीजींचा आणि

त्यांच्या तत्त्वज्ञानाचा मोठेपणा आवेशपूर्ण वक्तृत्वाने पटवून देणारे पुढारी दादासाहेब आणि तिथून घरी आल्यावर आबांशी सुखदु:खाच्या गोष्टी प्रामाणिकपणे बोलणारे, मित्र म्हणून त्यांची कानउघडणी करणारे दादासाहेब... ही सारी रूपं एकाच माणसाची आहेत हे मनात येताच त्याला प्रथम आश्चर्य आणि मग भय वाटू लागले.

दोन वर्षांपूर्वी कुठले तरी प्रदर्शन पाहायला तो आबांच्या बरोबर गेला होता. एके ठिकाणी तीन-चार आरसे लावले होते. प्रत्येक आरशात माणसाचे रूप निराळे चित्रविचित्र दिसे. ते आरसे आता त्याला आठवले. तो अधिकच गोंधळला.

त्याला भास झाला... दादासाहेब आबांशी बोलत आहेत. ते म्हणताहेत, 'जगात फक्त दोनच प्रकारची माणसे सुखी होतात- ढोंगी आणि संन्याशी !' संध्याकाळी हे वाक्य त्याने प्रथम ऐकले तेव्हा त्याला ते एखाद्या विचित्र सुभाषितासारखे वाटले होते. आता त्याचा विचार करता करता त्याच्या अंगावर काटा उभा राहिला. त्याचा अर्थ पूर्णपणे जाणण्याच्या भानगडीत आपण पडू नये असे त्याला वाटले. त्या वाक्याचा मुळीच विचार करायचा नाही असे त्याने ठरविले. आपल्या मागून घरी येणारी कुत्र्याची घाणेरडी पिल्ले दगड मारून त्याने अनेकदा हाकलून दिली होती. पण या वाक्याच्या बाबतीत त्याला ते जमेना ! फणसाचा डिंक चोळून घालविण्याचा प्रयत्न करता करता तो हाताला अधिक चिकटून बसावा तसे ते त्याच्या मनात अधिकाधिक खोल जाऊ लागले.

बाहेर मेघ गडगडत होते, विजा कडकडत होत्या. पण त्या कानठळ्या बसविणाऱ्या आवाजातूनही दादासाहेबांचे वाक्य त्याला ऐकू येतच होते- 'जगात फक्त दोनच प्रकारची माणसं सुखी होतात- ढोंगी आणि संन्यासी !'

तो विचार करू लागला. दादासाहेब सुखी आहेत यात शंका नाही. ते संन्यासी तर खास नाहीत; मग काय ते ढोंगी आहेत ? छे ! असे कसे म्हणता येईल ? पुढारी कधी ढोंगी असतात का ? पण त्यांनी सभेत एक सांगितले आणि आबांशी बोलताना ते दुसरे बोलत होते यात मुळीच संशय नाही. आबा आपल्याला पुढे कॉलेजात पाठविणार नाहीत याचा राग आला त्यांना ! आपल्या मित्राचा मुलगा मोठा व्हावा, विद्वान व्हावा, कुठल्यातरी गलिच्छ बोळातल्या जुनाट घरात राहाण्याची पाळी त्याच्यावर येऊ नये, त्याने चांगल्या बंगल्यात रहावे, अशीच त्यांची इच्छा आहे; तिच्यात वावगे

असे काय आहे ? आबा त्यांचे बोलणे ऐकून वेड्यासारखे रागावले ! त्या रागाच्या भरात त्यांनी आपल्याला मारले असावे ! आबांच्या पोटी आपण उगीच जन्माला आलो; दादासाहेब आपले वडील असायला हवे होते !

अंथरुणाजवळ कुणाची तरी पावले वाजली. आबांनी संध्याकाळी आपल्याला मारलेले आईला ठाऊक आहे. ती बहुधा मुद्दाम उठून आपले सांत्वन करण्याकरिता आली असावी असे त्याला वाटले. इतक्यात अगदी हलक्या स्वरात त्याला हाक ऐकू आली,

'सुभाष-'

तो कापरा आवाज आबांचा होता ! त्यांच्या हाकेला ओ द्यावी असे त्याच्या मनात आले. त्यांच्या ओठांची किंचित चाळवाचाळव झाली. इतक्यात संध्याकाळचा तो सारा अपमानकारक प्रसंग त्याच्या डोळ्यांसमोर उभा राहिला. त्याचे ओठ क्षणार्धात निश्चिल झाले. डोळे मिटून तो स्वस्थ पडून राहिला.

आबा वाकून आपल्या तोंडाकडे पाहात असावेत असे त्याला वाटले. त्यांचा श्वास त्याला चांगला ऐकू येत होता. पावसाळ्यात एखादेवेळी त्यांना दम्याचा त्रास होतो. आज तसे काही त्याशिवाय जोराचा श्वास...

आबा खोकू लागले. श्वास दूर गेला. पुढल्याच क्षणी आपल्या केसांवरून ते हात फिरवत आहेत याची जाणीव त्याला झाली. किती हळुवार स्पर्श होता तो ! आजोळी आपल्याबरोबर खेळायला एक गोरीगोरीपान मुलगी येत असे. तिची आपली एकदा कट्टी झाली होती. गट्टी झाल्यावर ती रडायला लागली. तेव्हा आपण तिच्या केसांवरून असाच हात फिरवला होता. पण आपल्या त्या स्पर्शात नुसता आनंद होता. आबांच्या या स्पर्शात-

दादासाहेबांच्या सकाळच्या स्पर्शापेक्षा सुद्धा यात अधिक असे काही तरी आहे. अमृत ? छे ! अमृत कधी पृथ्वीवर मिळेल का ? मग... आबांचा हात आता त्याच्या उजव्या गालावरून फिरत होता. जणू काही कुणी तरी आंधळा फुलवेडा फुलांचा स्पर्श करण्याचा प्रयत्न करीत होता. संध्याकाळी याच गालावर आबांनी आपल्याला मारले होते. त्यांची बोटे अशी कापत का आहेत ? इतके म्हातारे झाले आपले आबा ? ती बोटे घट्ट धरावीत असे त्याच्या मनात आले - इतक्यात परत जाणाऱ्या आबांची चाहूल त्याच्या कानावर पडली.

आता अंथरुणावर पडून राहणे अगदी अशक्य होते. काल रात्रीची त्याला आठवण झाली. दादासाहेब येणार या भावनेने काल आपण बेचैन

होतो. आज ते येऊन गेले तरी आपण तसेच...

तो खिडकीपाशी जाऊन उभा राहिला. बाहेर पावसाची एक मोठी सर जोर ओसरल्यामुळे थांबण्याच्या विचारात होती. गती मंद करीत करीत स्टेशनात येणाऱ्या आगगाडीसारखी ती त्याला वाटली. त्याने आकाशाकडे पाहिले. ते अगदी काजळून गेले होते. स्वैर वाहणाऱ्या राक्षसी वाऱ्याने चांदण्याचे नंदादीप मालवून टाकले होते. पंज्यात उंदीर पकडून तो मारता मारता गुरगुरणाऱ्या काळ्या बोक्याप्रमाणे ढग कर्णकटू आवाज करीत होते. अंगात आलेल्या माणसाप्रमाणे वीज साऱ्या आभाळात वेडीवाकडी नाचत होती. ती एकदम कडाडली. प्रकाशाचा लोळच्या लोळ बाहेर पडला असेल. ज्वालामुखीचा स्फोट होतो तेव्हा लाव्हा असाच बाहेर पडत असेल काय, अशी कल्पना सुभाषच्या मनात येते न येते तोच ताड्ताड् करीत पावसाची दुसरी सर कोसळू लागली.

पेंगुळलेला सुभाष डोळे मिटून खिडकीला टेकून उभा राहिला. विजेचा कडकडाट त्याला ऐकू येतच होता. काल मध्यरात्री खिडकीपाशी उभे राहून सुचलेल्या देवालयाच्या कल्पनेची त्याला आठवण झाली. कालचे ते आपले भव्य देवालय कुणीतरी उध्वस्त करीत आहे, सुंदर शिल्पाने शृंगारलेले त्याचे स्तंभ कडाकड मोडून खाली पडत आहेत असे त्याला वाटले. या कल्पनेने त्याचे मन कंपित झाले.

आबांच्या खोकण्याचा आवाज त्याला ऐकू आला. संध्याकाळी हवा एकदम बदलली. तिचा त्रास होत असावा त्यांना ! ते जागेच असावेत. संध्याकाळपासून आपण त्यांच्याशी एक शब्द सुद्धा बोललो नाही. आपला कैवार घेऊन आईही त्यांच्यावर रागावली. अपरात्री जवळ येऊन त्यांनी मायेने आपल्याला कुरवाळले, पण आपण मात्र - छे ! आबांविषयी मगाशी उगीच मनात अढी धरली आपण ! आपले आबा गरीब असले, दुबळे असले तरी ढोंगी नाहीत. त्यांनी कधी कुणाला फसविले नाही. आत एक बाहेर एक, असे वर्तन कध्धी कध्धी केले नाही त्यांनी !

आता आबांचा त्याला अभिमान वाटू लागला. आपल्या ध्येयाला ते आयुष्यभर चिकटून राहिले आहेत आणि दादासाहेब ? सकाळी शाळेत आपल्याकडे बोट दाखवून 'हा मुलगा उद्या दुसरा सुभाषचंद्र बोस होईल' असे ते मोठ्या ऐटीने बोलले, पण ते केवळ टाळ्या मिळविण्याकरिता ! संध्याकाळी ते आबांना इतके टाकून बोलले, पण 'तुझ्या मुलाचे शिक्षण

मी पुरे करीन' असा नुसत्या शब्दांनी तरी त्यांनी आबांना धीर दिला का ? दादासाहेबांचे मोठेपण म्हणजे पैसा, कीर्ती, प्रतिष्ठा ! आबांचे मोठेपण-त्यांच्या पोटी आपण जन्माला आलो याचा आपल्याला अभिमान वाटायला हवा, तो बाजूलाच राहिला ! उलट मघाशी आपल्या मनात आले...

दिव्याची काजळी कुणी तरी झाडावी आणि मग उदास दिपू लागलेला प्रकाश खुदकन हसावा तशी त्याच्या मनाची स्थिती झाली. असे आबांच्या खोलीत जायचे, त्यांना झोप येत नसली तर त्यांचे पाय चेपीत बसायचे. 'मॅट्रिक झाल्यावर नोकरी करून मी माझं कॉलेजचं शिक्षण करीन' असे त्यांना सांगायचे... किती तरी सुखद संकल्पांनी ते फुलून गेलं. तो हळूच आबांच्या खोलीकडे आला. आईचा आवाज त्याच्या कानावर पडला. या वेळी विजू गाढ झोपलेली असणार, तेव्हा आई आबांशीच बोलत असावी ! सुभाष थबकला. त्याच्या कानावर आईचे शब्द आले, 'उगीच मनाला लावून घेऊ नयेत असल्या गोष्टी. ज्यानं चोच दिलीय तो काय चारा देणार नाही ?'

आबा उत्तरले, 'तुझा देवावर विश्वास आहे त्यामुळे तुला स्वतःचं समाधान करून घेता येतं. पण माझ्या दृष्टीनं जगातला देवही माणूस आणि राक्षसही माणूसच आहे ! तीस वर्षांपूर्वी गांधींच्या हाकेला आम्ही ओ दिली, ती आज ना उद्या त्या राक्षसांचा पराभव होईल या आशेनं ! पण उद्या माझा हुषार मुलगा कारकुनी करीत कुठल्यातरी कोपऱ्यात रखडत पडणार ! आणि दादांसारख्या माणसांची सामन्य बुद्धीची मुलं मजेत त्याच्यावर अधिकार गाजविणार ! छे !'

आबांनी सुस्कारा सोडल्यासारखे सुभाषला वाटले. बाहेरच्या वादळी वाऱ्यापेक्षाही तो सुस्कार भयंकर आहे असा भास झाला त्याला !' जाऊ दे ते' असे काही तरी आई म्हणत होती. तिच्याकडे लक्ष न देता आबा बोलू लागले- 'माझं दुःख कळायचं नाही गं तुला ! दादा आज इथं आला नसता तर फार फार बरं झालं असतं. पण तो आला, माझ्याशी मोकळेपणानं बोलला. धड शिक्षण देता येत नाही त्यानं ध्येयवादाची बडबड करण्यात काय हशील आहे ? एका दृष्टीनं मी गुन्हेगार आहे तुमच्या सर्वांचा मी-मी...'

पुढे शब्द ऐकू आला नाही- हुंदका मात्र सुभाषच्या कानावर पडला. त्याचे काळीज थरथरले. संतापलेले आबा त्याने हजारदा पाहिले होते. पण रडताना, दुःख करताना ते कधीही त्याच्या दृष्टीस पडले नव्हते. तीन-चार वर्षांपूर्वी आई फार आजारी होती. डॉक्टर गडबडले होते. पण तेव्हा सुद्धा

तिच्या उशाशी आबा एखाद्या पुतळ्याप्रमाणे निश्चल बसले होते. पण आज- काय झाले त्यांना असे ?

जागच्या जागी खिळून राहिलेल्या सुभाषला एकदम एक विचित्र भास झाला. त्याचा एक हात आबांनी धरला होता. दुसरा दादांच्या हातात होता. दोघेही त्याला जोरजोराने ओढीत होते. त्याचे हात दुखू लागले, खांद्यांतून कळा येऊ लागल्या, तरी ते दोघे त्याला ओढीतच होते. आपण कुठल्या बाजूला जावे हे त्याला कळेना. आबांच्या बाजूला जायचे म्हणजे गरिबीत जगायचे, जुनाट पडक्या घरात कुढत रडत दिवस काढायचे !

छे ! त्यापेक्षा दादासाहेबांच्या बाजूला जाणे बरे ! तिथे बंगल्यात रहायला मिळेल, मोटारीतून मिरविता येईल ! पण मग तिथे पदोपदी ढोंगीपणाने वागावे लागेल, लोकांची खोटी स्तुती करून त्यांना हरभऱ्याच्या झाडावर चढवावे लागेल. त्यांच्या भावनांचा फायदा करून घेण्याकरिता सत्याकडे पाठ फिरवावी लागेल !

गेल्या आठ-दहा वर्षांत पाठ केलेल्या साऱ्या उदात्त कविता जणू काही त्याच्याभोवती किंचाळू लागल्या. तो तुकारामाचा अभंग, तो भर्तृहरीचा श्लोक, ती केशवसुतांची तुतारीतली कडवी, त्या स्कॉटच्या स्फूर्तिदायक ओळी, तो वर्डस्वर्थ, परवाच आबांनी मोठ्या तन्मयतेने शिकविलेली ती बोरकरांची कविता, त्यातल्या या दोन ओळी-

यज्ञी ज्यांनी देऊनी निज शिर
घडिले मानवतेचे मंदिर

ही सारी जणू काही रागावून त्याच्याकडे पाहात होती. मनावरचे हे सारे संस्कार पुसणे सोपे नाही या जाणिवेने सुभाष हतबद्ध झाला.

बाहेर वादळाचा जोर वाढत होता. ढगांच्या पाठीवर विजा फडाफड चाबकाचे फटकारे ओढीत होत्या. कुठले तरी धरण फुटावे तसा पाऊस कोसळत होता. वाऱ्याचे खिदळणे आणि खिंकाळणे ऐकून कोंडून ठेवलेली भुते मोकाट सुटल्याचा भास होत होता !

सुभाषच्या मनातले वादळही वाढत होते. त्याला वाटले, आपल्यापुढे उभे राहिलेले हे विचित्र कोडे उभ्या आयुष्यात आपल्याला सोडविता येणार नाही. मोठे व्हायचे म्हणजे असल्या भयंकर प्रश्नांना तोंड द्यायचे ! छे, त्यापेक्षा माणसाने लहानच राहिलेले काय वाईट ? तो मनाने पुन्हा बालपणात परतण्याचा प्रयत्न करू लागला.

पलीकडे कुणी तरी खेळातल्या विमानाला किल्ली देत होते. कुणाच्या तरी बॅटने चेंडूला मारलेले टोले ऐकू येत होते, पण तेथे जाणे त्याला शक्य नव्हते. ज्या दारातून तो इकडे आला होता ते बंद झाले होते; त्याच्यावर डोके आपटून रक्तबंबाळ झाले तरी ते उघडणे शक्य नव्हते. पुढे जाण्याशिवाय दुसरी गतच उरली नाही त्याला ! आबांच्यासारखे व्हायचे, की दादासाहेबांच्या पावलावर पाऊल टाकायचे या प्रश्नाचे उत्तर आज ना उद्या त्याला द्यावेच लागणार होते !

त्याचे कपाळ तापले. मधाच्या पोळ्याला धोंडा मारून मधमाश्या उठवाव्यात तशी दादासाहेबांनी आज त्याच्या विचारांची स्थिती करून सोडली होती. त्याला उभे राहवेना. तो धडपडत पुढल्या बैठकीच्या खोलीत आला. खिडक्या उघड्या असल्यामुळे वादळाचे भेसूर स्वरूप या खोलीत अधिकच प्रतीत होत होते. मध्येच वीज चमकली. त्या प्रकाशात त्याने गांधींच्या फोटोकडे पाहिले. त्याला काल घातलेल्या हारातली फुले सुकून खाली गळून पडली होती.

अंधारात सद्‌गदित स्वराने तो उद्‌गारला, 'बापूजी, मी काय करू ? कुठल्या वाटेने जाऊ ?'

जिंकलेल्या शहरात शिरणाऱ्या उन्मत्त सैनिकाप्रमाणे सोसाट्याचा वारा खोलीत घुसला. भिंती वरले सारे फोटो त्याने गदगद हालविले. पुढच्या क्षणी त्यातला एक फोटो होता तो ! वरच्या काचेचे तुकडे झाले होते; पण त्या विद्रुप तुकड्यांआडून गांधीजी हसत होते. त्यांचे सारे चरित्र त्याच्या डोळ्यांपुढे उभे राहिले.

पुन्हा भयाण अंधार पसरला. राक्षसिणीसारखी दिसणारी ही काळरात्र आपल्याला खायला येत आहे असा सुभाषला भास झाला. तो भीतीने ओरडणार होता, पण अंधारातही एक प्रकाश रेखा त्याला दिसली. ती वीज नव्हती; समोर फुटून पडलेल्या फोटोतले गांधीजींचे स्मित होते ते !

आता तो स्तब्ध उभा राहिला. या स्मिताच्या सोबतीने आयुष्याचा पुढला अवघड प्रवास आपण पार पाडू अशी नवी आशा त्याच्या मनात अंकुरली. चक्काचूर होऊन पडलेल्या त्या फोटोला हात जोडून अंधारात त्याने शांतपणे वंदन केले.

* *

मूर्तिभंजक

राजवाड्यावर ध्वज डौलानं फडफडत होता. वायुलहरींशी गुजगोष्टी करीत होता. नर्म विनोद करून त्यांना हसवीत होता. आपला स्वामी रणांगणावर पराभूत झाला आहे याची त्याला कल्पनाही नव्हती !

क्षणार्धात वादळात उन्मळून पडणाऱ्या वृक्षासारखी त्याची स्थिती झाली. विजयी राजाच्या सैनिकांनी त्याला खाली खेचलं. तो धुळीत लोळत पडला.

ही आनंदवार्ता सांगण्याकरता एक तरूण अधिकारी तीरासारखा दौडत गेला.

विजयी राजा सौधावरून सारी नगरी न्याहाळीत होता. वणवा विझत आल्यावर दिसणारी अवकळा राजधानीवर पसरली होती. पण राजाच्या दृष्टीत करूणेची ओझरती छटासुद्धा दृग्गोचर होत नव्हती. उलट जिभली चाटीत अर्धमेलं झालेलं सावज पंजाखाली दाबून धरणाऱ्या हिंस्त्र पशूच्या नजरेतील क्रौर्य तिथं तांडव करीत होतं.

अधिकारी अभिवादन करून नम्रतेनं म्हणाला, 'महाराज, पराभूत राजाचा ध्वज खाली उतरला. त्या जागी आता आपला ध्वज फडफडू लागला आहे.'

खड्गाच्या निसटत्या माराची आठवण करून देणाऱ्या स्वरात राजा म्हणाला, 'देवदत्त, तू हुशार आहेस. पण पुढचे महत्त्वाचे शब्द तू विसरलास - तिथं तो ध्वज यावच्चंद्रदिवाकरौ फडकत राहणार आहे !'

देवदत्त पोपटासारखा म्हणाला, 'तिथं तो ध्वज यावच्चंद्रदिवाकरौ फडकत राहणार आहे !'

राजाच्या ओठांच्या कोपऱ्यातून स्मितरेखा चमकली. वर्षाकाळात क्षितीजावर क्षणभर दर्शन देऊन अदृश्य होणाऱ्या विद्युल्लतेसारखी.

देवदत्तानं हात जोडून विचारलं, 'शत्रूच्या त्या ध्वजाचं काय करायचं ? या विजयाची स्मृती म्हणून जपून ठेवायचा की-'

'देऊन टाका तो कुणा तरी भिकाऱ्याला.'

'भिकाऱ्याला ?'

'हो ! धुणी वाळत घालायला त्या ध्वजाच्या काठीचा भिकाऱ्याला उपयोग होईल.' राजा खदखदून हसला. मग पुढं म्हणाला, 'त्या ध्वजाच्या फडक्याचा त्याच्या बायकोलाही उपयोग होईल- पोतेरं म्हणून !'

कुठं तरी पाल चुकचुकली असा देवदत्ताला भास झाला. त्यानं इकडंतिकडं पाहिलं. आरशाप्रमाणं स्वच्छ असलेल्या राजवाड्याच्या सौधावर पाल कुठून येणार ?

*

एक गुप्तचर लगबगीनं सौधावर आला. त्यानं वाकून राजाला त्रिवार प्रणाम केला.

राजानं देवदत्ताकडं पाहिलं. तो दूर जाऊन उभा राहिला.

गुप्तचर राजाच्या कानाशी लागला. वर्षाकाळात संध्यारंग पटापट बदलावेत तसे राजाच्या मुद्रेवर क्षणाक्षणाला विविध भाव उमटत होते.

त्या दोघांची कुजबूज थांबली. राजानं देवदत्ताला खुणेनं जवळ बोलावून आज्ञा केली, 'माझ्याबरोबर मध्यरात्री पाचशे निवडक सैनिक घेऊन तू-'

'कुठं जायचं ?'

'सेवकाला कान असतात; तोंड नसतं !'

*

मध्यरात्र उलटून गेली होती. किरकिरणारं मूल आईच्या कुशीत झोपी जावं तसं दुःखानं तडफणारं आणि वासनांनी प्रक्षुब्ध होणारं जग निद्रेच्या वत्सल पदाराखाली गाढ झोपलं होत. मदोन्मत्त हत्तीनं पुष्पवाटिकेत शिरावं तसे विजयी राजाचे सैनिक राजधानीपासून चार कोसांवर असलेल्या आश्रमापाशी येऊन थडकले.

देवदत्तानं कंपित स्वरानं प्रश्न केला, 'या आश्रमात जायचंय आपल्याला ?'

'हो.'

'मग आपली शस्त्रं बाहेर ठेवली पाहिजेत आपण... लहानपणी

विद्यार्थी म्हणून या आश्रमात मी काही काळ काढला आहे. इथला आचारधर्म मला माहीत आहे. हा आश्रम उभ्या जगात केवळ जगदंबेची सत्ता मानतो. तिची एक पुरातन मूर्ती आहे इथं. ते जागृत दैवत आहे अशी इथल्या लोकांची श्रद्धा आहे. ही जगदंबा आश्रमाच्या परिसरातल्या जीवमात्राला अभय देते. इथं साप मारीत नाहीत. त्याला पकडून बाहेर नेऊन सोडतात.'

राजाच्या सहनशीलतेची तार ताडकन् तुटली. देवदत्ताच्या अंगावर खेकसून तो ओरडला, 'भागूबाई कुठली ! पुष्कळ थोतांडं पाहिली मी असली ! असले आश्रम म्हणजे शत्रुपक्षाची आश्रयस्थानं ! देवदत्त, माझा प्रतिस्पर्धी आज रणांगणात पडलेला नाही. तो या आश्रमात लपून बसला आहे.'

*

सैनिकांनी सारा आश्रम शोध शोध शोधला. पण पराभूत राजा कुणाच्या हाती लागला नाही.

विजयी राजाच्या मनात एक विलक्षण शंका आली इथल्या जगदंबेच्या मूर्तीखाली एखादं भुयार असेल. तिथं या लोकांनी त्याला लपवून ठेवलं असेल.

राजानं मूर्ती हलविण्याचा निर्णय घेतला. सैनिक देवळात गोळा झाले.

क्षणार्धात आश्रमाचे कुलपती मूर्तीच्या पुढं येऊन उभे राहिले. ते शांतपणे म्हणाले, 'महाराज, ही मूर्ती फार प्राचीन. फार पवित्र आहे. पूजेव्यतिरिक्त तिला स्पर्श करणं हे आम्ही पाप मानीत आलो आहोत. सैनिकांनी ती हलवणं हा देवाचा अपमान आहे. या आश्रमातलं पोरसुद्धा ते सहन करणार नाही. हा आश्रम जगदंबेखेरीज कुणाचाही अधिकार मानीत नाही ! इथं सारी माणसं तिची लेकरं होतात. कुणी कुणाचा शत्रू राहात नाही.'

कुलपतींच्या कृश मुखातून निघालेले हे तेजस्वी उद्गार ऐकून सैनिक दचकले; देवीच्या भीतीनं मागं सरकले.

पण कुलपतींच्या या भाषणानं राजाचा संशय अधिक बळावला. मूर्तीच्या रोखानं पुढं होत तो ओरडला, 'दूर होतोस की नाही भटुरड्या ?'

कुलपती डोळे मिटून मागच्या मूर्तीसारखे निश्चल उभे राहिले. राजाचा राग आता अनावर झाला. आपलं खड्ग उपशीत तो किंचाळला, 'ए लुच्चा गोसावड्या ! तुला आपला जीव हवा असला तर-'

कुलपतींच्या देहातल्या रक्ताच्या एका कणातसुद्धा चलबिचल झाली नाही. पुढल्याच क्षणी त्यांचं रक्त जगदंबेचे चरण धुऊ लागलं.

राजाच्या या अत्याचाराला अनेक आश्रमवासी बळी पडले. उरलेले तो तात्काळ सोडून गेले. बायका, पोरं तर भिऊन केव्हाच पळून गेली होती.

राजानं आपल्या हातानं ती मूर्ती छिन्नविच्छिन्न केली. मूर्तीचे तुकडे देवालयाच्या प्रांगणात सर्वत्र फेकले गेले.

राजा निराश झाला. देवीच्या आसनाखाली भुयार तर नव्हतंच; पण एखाद्या लहान प्राण्याला सहज लपता येईल एवढं बीळसुद्धा नव्हतं.

सैनिकांसह राजा निघून गेला. त्या आश्रमात पुन्हा कुणीही राहायला आलं नाही. अभयदान देणारी जगदंबा तिथून नाहीशी झाली या कल्पनेनं ती जागा अत्यंत अशुभ मानण्यात येऊ लागली. फुलझाडं सुकून गेली. जिकडं तिकडं काटेरी रोपटी फोफावली. जगदंबेच्या उध्वस्त देवालयात भुतांचा नाच चालतो असं त्या बाजूनं जाणारे वाटसरू सांगू लागले.

कालचक्रानं पंचवीस पावसाळ्यांची रहाटगाडगी अनंतातून भरून आणिली आणि धरित्रीवर रिती केली.

विजयी राजा आता वार्धक्यानं वाकला; वार्धक्यापेक्षाही पुत्रदोहाच्या दु:खानं. त्याचा मुलगा एका नर्तिकेच्या नादी लागून शत्रुपक्षाला मिळाला होता. शत्रुसैनिक घेऊन पित्याला पदच्युत करण्याकरिता तो राजधानीवर चालून येत होता.

राजधानी हातची गेली ! वृद्ध राजा जीव मुठीत घेऊन पळू लागला. मध्यरात्रीच्या सुमाराला तो थकला. कुठं तरी अंग टाकावं, चार घटका विसावा घ्यावा म्हणून तो थांबला.

त्यानं आजूबाजूला पाहिलं. तो सुरक्षित आश्रयस्थान शोधू लागला. काटेरी झाडाझुडपांनी भरलेली ती जागा भयंकर भासत होती.

पंचवीस वर्षांपूर्वीची ती रात्र राजाच्या डोळ्यांसमोर उभी राहिली. याच जागी तेव्हा एक आश्रम होता. त्याच्या मनात आलं-

तो आश्रम आज असता तर ! सर्वांना अभयदान देणारी ती जगदंबा आज इथं उभी असती तर ! आश्रमातली वस्त्रं परिधान करून एक वृद्ध तापस म्हणून कदाचित आपण आपला जीव बचावू शकलो असतो. आज तो आश्रम असता तर... नर्तिकेच्या नादी लागलेल्या पुत्राकडून होणारी आपली विटंबना तरी टळली असती.

राजाचं मस्तक भ्रमू लागलं, त्यानं क्षीण स्वरानं हाक मारली, 'देवदत्त !'

कापणाऱ्या आवाजात देवदत्त उत्तरला, 'काय महाराज ? इथं जवळच आहे मी.'

'माझी एक इच्छा अतृप्त राहिली आहे.'

'कोणती ?'

'पंचवीस वर्षांपूर्वी मी इथल्या जगदंबेच्या मूर्तीचे तुकडे तुकडे केले होते. ते इथंच कुठं तरी पडले असतील. ते शोध; एकत्र कर. ते जोडून देणाऱ्या मूर्तिकाराला मी मोठं इनाम देईन. ती मूर्ती पुन्हा उभी राहू दे. मला पूजा करायची आहे तिची.'

देवदत्तानं दु:खित अंत:करणानं एक मोठा सुस्कारा सोडला. पण अगदी जवळ जवळ येऊ लागलेल्या टापांच्या आवाजात त्याचा त्यालाही तो ऐकू गेला नाही.

**

मुक्ती

आंधारकोठडीचे प्रचंड दार गुरगुरले ! कचाकचा बोलणारे आणि कराकरा अंग खाजविणारे सारे कैदी एकदम स्तब्ध झाले.

काळोखाचा भलामोठा दरवाजा किलकिला झाला. काळ्या कुळकुळीत राक्षसाने एक जांभई द्यावी आणि त्याचे पुढचे चार-दोन दात दिसावेत तसे अंधुक प्रकाशकिरण त्या अंधारकोठडीत आले.

सर्वांनी डोळे फाडून कोण आले आहे ते पाहण्याचा प्रयत्न केला पण त्यांना काही स्पष्ट दिसेना.

या अंधारकोठीत येणारे माणूस- येणारे कसले ! ढकलले जाणारे माणूस-मोठ्याने गळा काढून रडते.

अधिकाऱ्यांच्या चाबकाचे चार-दोन फटकारे खाते. मग दोन्ही हातांनी तोंड झाकून आत येऊन स्फुंदत पडते आणि शेवटी झोपेतच कुंभकर्णाने जबडा मिटावा तसे ते दार बंद होते, असा आजपर्यंतचा अनुभव होता.

पण आज काही निराळाच रंग दिसत होता ! आत आलेले माणूस स्त्री आहे की पुरुष आहे, हे नीटसे दिसत नव्हते. पण ते शांतपणे आत आले होते ! त्या माणसाचे खणखणीत शब्द ऐकू आले तेव्हा तो पुरुष आहे हे सर्वांना कळले. तो म्हणत होता, 'अधिकारी महाशय, मी फार फार आभारी आहे आपला. राजवाडा हा माणुसकीचा तुरुंग होऊ शकतो; तसा तुरुंग हा माणुसकीचा राजवाडा होऊ शकेल ! ह्या बंधुभगिनींच्या सहवासात राहण्याची संधी तुम्ही मला दिलीत याबद्दल मी तुमचा ऋणी आहे. माणसाचा विजय असो !'

आत येणाऱ्या कैद्याकडून असले विचित्र शब्द कधीच कुणी ऐकले नव्हते ! सारे कैदी चपापले.

दरवाजा कुरकुरत बंद झाला. काही वेळ त्या अंधारकोठडीत विचित्र स्तब्धता पसरली, मग कोपऱ्यातून एक चिरका, म्हातारा आवाज आला, 'अहो पाहुणे, नाव काय तुमचं ?'

'आनंद !'

अनेक लोक भेसूरपणाने हसले ! मग एक म्हातारा म्हणाला, 'इथं कशाला आलास ? मरायला ? इथं डोळ्यांनी नुसता काळोख पीत बसावं लागतं ! हातांना डास मारण्याशिवाय दुसरं काम मिळत नाही. स्वतःचीच घाण येऊ लागते इथं माणसाला ! आपल्याशिवाय सारी सारी माणसं मरून जावीत, म्हणजे या काळोखात शतपावली तरी करायला मिळेल, असं मनात येतं ! इथं प्रत्येकजण दुसऱ्याचा शत्रू आहे !'

आनंद शांतपणे उत्तरला, 'खोटं आहे हे.'

म्हातारा संतापून ओरडला, 'कशावरनं ?'

'मी इथं आलोय तो सर्वांचा मित्र म्हणून !'

'बरोबर !' एका कोपऱ्यातून एक कोमल आवाज आला ! त्या आवाजात बालकाच्या पायातल्या घुंगुरवाळ्याचे संगीत आहे, असे आनंदाला वाटले !

'बरोबर !' दुसऱ्या कोपऱ्यातून आवाज आला ! त्या आवाजात गोठ्याकडे धाव घेणाऱ्या गाईच्या गळ्यातल्या घंटांची गोड किणकिण आहे असा आनंदाला भास झाला !

'बरोबर !' तिसऱ्या कोपऱ्यात तिसरा आवाज आला ! त्या आवाजात आपल्या कळसाने स्वर्गाला स्पर्श करणाऱ्या देवालयातल्या घंटानादाचे गांभीर्य आहे, असे आनंदाच्या मनात आले ! तो उत्सुकतेने काळोखात पाहू लागला. ऐकू लागला पण या तीन आवाजांना कुणीच साथ दिली नाही ! कण्हण्याचे, अंग कराकरा खाजविण्याचे आणि 'अरे देवा !' अशा अस्फुट उद्गारांचे विचित्र ध्वनी एकमेकांत मिसळत होते. पण माणसाचा जिवंत शब्द कुठेही ऐकू येत नव्हता !

काळोखात थोडेसे दिसू लागले. आनंद एकदम हर्षभराने ओरडला, 'सापडला ! सापडला !'

'काय ?' कोपऱ्यातल्या चिडक्या म्हाताऱ्याने विचारले.

'मार्ग.'

'कसला ?'

'सुटकेचा !'

लगबगीने अनेकजण उठले आणि ओरडले, 'दार उघडलं ?' दुसऱ्याच क्षणी त्यांचे हताश शब्द ऐकू आले, 'छे ! दरवाजा तर बंद आहे !'

आनंद शांतपणे म्हणाला, 'इथं मध्यभागी केवढा उंच भक्कम खांब आहे ! तो पाहिलास का ?'

'ठाऊक आहे तो आम्हाला !' म्हातारा चडफडला. 'हजारदा डोकं

आपटलंय आमचं त्याला !' अनेकजण पुटपुटले.

आनंदाने हसून विचारले, 'तुमच्यापैकी कुणी या खांबावर चढलाय का ?'

'चढून काय करायचंय कपाळ ? काळोखाखेरीज दुसरं काय आहे या कोठडीत ?'

आनंद काही बोलला नाही ! तो खांबाजवळ गेला. दोन्ही हातांनी तो खांब कवटाळून तो सरसर वर चढू लागला. त्याचे चढणे सर्वांना जाणवत होते. प्रत्येकजण आ वासून पाहात होता !

चढता चढता आनंदाला धाप लागली. तो मध्येच थांबला. खाली कुजबुज सुरू झाली- 'आता खाली पडणार हा ! याचा चेंदामेंदा होणार ! चला. पळा कोपऱ्यात चला ! नाही तर हा आपल्याच अंगावर पडेल !'

आनंद पुन्हा चढू लागला. वर-अगदी वर तो गेला. त्याच्या आकृतीचा अंधुक ठिपका सुद्धा दिसेनासा झाला होता ! एकदम वरून त्याचा विजयी स्वर ऐकू आला, 'तो पाहा, तो पाहा त्या कोपऱ्यात प्रकाश दिसतोय !'

खालचे बहुतेक कैदी हसले. त्यांना कुठेच काही दिसत नव्हते ! आनंदचा पुन्हा आवाज ऐकू आला, 'या खांबाला दोर बांधलाय एक !'

'तो दोर नसेल ! साप असेल ! अरे मूर्खा, सांभाळ, सांभाळ. नाही तर फुकट मरशील !' खालून अनेक आवाज आले.

तो दोर घट्ट धरून आनंदने शिताफीने मोठा झोका घेतला. त्याबरोबर तो एका झरोक्यापाशी गेला. झरोका खूप मोठा होता. त्याला फक्त एक गज होता. आनंदाने तो अचूक पकडला. सर्व आश्चर्याने मान वर करून पाहात होते; पण त्यांना काही काही दिसत नव्हते !

आनंद वरून लहान मुलासारखा ओरडला, 'वा ! काय मौज आहे इथं ! आकाशाचं हे सुंदर निळं अंगण, त्यात पानापानांवर चाललेलं हे प्रकाशाचं नर्तन !'

'खोटं बोलतोय हा - थापा मारतोय लोकांना !' खालून आवाज आले.

आनंद वरून म्हणाला, 'नाही-नाही. हे निळं आकाश खरं आहे ! हा शुभ्र प्रकाश खरा आहे ! चढा- त्या खांबावर चढा तो दोर घ्या- झोका घेऊन इकडं या-ही पाखरं पाहा कशी मजेनं-'

कोपऱ्यातून कुणी तरी त्या खांबाकडे धावले. सारे कैदी ओरडले, 'अरे, पकडा त्या वेडीला ! धरा, धरा तिला. दिवसभर गाणी म्हणत बसते नुसती ! तिला काय चढता येणार ?'

खांबाजवळून घुंगुरवाळ्याच्या गोड नादासारखे शब्द आले, 'आनंद म्हणतो ते खरं आहे. बाहेर आकाशाचं सुंदर घर आहे. ते पाहा - ते पाहा त्याचं निळं छप्पर ती पाहा त्याची प्रकाशाची दारं ! ती-ती त्या दारातल्या कुंड्यांतली फुलझाडं !'

'गप बैस गाढवे !' खांबाजवळचे चार-पाचजण तिला खसकन् मागे ओढीत म्हणाले.

पलीकडच्या कोपऱ्यातून गाईच्या गळ्यातील घंटांच्यासारखा आवाज ऐकू येऊ लागला, 'सोडा-सोडा तिला ! ती वेडी नाही. खरे वेडे आहात तुम्ही ! ज्याच्या अंतरंगात प्रकाश नाही, त्याला बाहेरचा प्रकाश कसा खरा वाटणार ?'

पाच-सहाजण ओरडू लागले, 'या दाढीवाल्याचं तोंड आधी बंद करा- सारखा बडबडत असतो नुसता ! त्या बडबडीतलं एक अक्षर कळत नाही आम्हाला ! आत्म्याची हाक, आतला प्रकाश, अनंताची तहान-' कुणी तरी खो खो हसत म्हणाले, 'त्या वेडीशी लग्न लावून द्या याचं - चांगला जोडा जमेल दोघांचा !'

समोरच्या कोपऱ्यातून देवळातल्या घंटानादासारखा गंभीर आवाज आला, 'तो वेडा नाही ! वेडे आहात तुम्ही ! तो नसता तर आपलं इथलं जिणं अगदी असह्य झालं असतं ! चला खांबावर चढा. दोर पकडा. त्या झरोक्यातून आपण बाहेर पडलो, तर कसलीही भीती बाळगण्याचं आपल्याला कारण नाही. आपण चंद्रावर जाऊ- आपण शुक्रावर जाऊ ! आपण अशा ठिकाणी जाऊ की जिथं कुठल्याही हुकुमशाहीची लहर आपल्याला स्पर्श करू शकणार नाही !'

'हा तर सात वेडा दिसतोय् !' सात मजली हास्याच्या खळखळाटात अनेक कैद्यांचा अभिप्राय ऐकू आला !

इतक्यात अंधारकोठडीचा दरवाजा खाडकन् उघडला. तो पहिल्यांदाच पूर्णपणे उघडला ! स्वच्छ झऱ्याच्या पाण्यासारखा प्रकाश आत पाझरू लागला.

दारात उभा असलेला अधिकारी मोठ्याने म्हणाला, 'मी तुम्हाला आनंदाची वार्ता सांगायला आलो आहे. महाराजांची तुमच्यावर अवकृपा झाली होती ! तुम्हा सर्वांचा शिरच्छेद करायचं त्यांनी ठरवलं होतं. पण आता त्यांना तुमची दया आली आहे ! तुमच्यापैकी फक्त एका मनुष्यानं बळी जाण्याकरिता पुढं यावं ! तेवढ्यानं महाराजांचं समाधान होईल. जो पुढं येईल, त्याला मी ताब्यात घेईन आणि बाकीच्यांना मुक्त करीन !'

'मुक्ती ! मुक्ती ! मी मुक्त हाणार ! मी मुक्त होणार !' या शब्दांनी अंधारकोठडी निनादित झाली. काही कैदी नाचू लागले. काही गाऊ लागले !

म्हातारा कैदी ओरडून अधिकाऱ्याला म्हणाला, 'तो -तो वर झरोक्यात जाऊन बसलेला वेडा बघा, त्याला घेऊन चला तुम्ही.'

'त्याला नको. मला न्या !' घुंगुरवाळ्यासारखा आवाज आला.

'त्याला नेऊ नका. मी येतो.' गाईच्या गळ्यातील घंटासारखा आवाज आला.

'मी यायला तयार आहे. एका पायावर तयार आहे !' देवळातल्या घंटानादासारखा आवाज आला.

क्षणभर विलक्षण शांतता पसरली. सृष्टी निर्माण होण्यापूर्वी असावी तशी !

अधिकारी म्हणाला, 'हे तिघे नि तो वर झरोक्यात बसलेला चौथा यांनी माझ्याबरोबर बाहेर यावं. फक्त या चौघांना मी मुक्त करीत आहे.'

'म्हणजे ?' अनेक रडक्या आवाजात एकच शब्द ऐकू आला.

'महाराजांचा तसा हुकूम आहे !'

मासे

मोठ्या माशाने लहान माशाला गिळण्याकरिता तोंड उघडले. तो चिमुकला मासा कापऱ्या स्वराने म्हणाला, 'दादा, दादाऽ'

मोठा मासा उपहासाने उद्गारला, 'ही लाडीगोडी बस्स कर. मला

भूक लागली आहे.'

'पण-पण आपण एका जातीचे. आपणच एकमेकांना खाऊ लागलो तर - असा अन्याय करू नका, दादा.'

'यात अन्याय कसला आलाय ?' तो मोठा मासा हसत उद्गारला, 'हा जगाचा न्यायच आहे !'

पुढे एके दिवशी या मोठ्या माशाला एका प्रचंड माशाने पकडले. त्याच्या तोंडातून याला काही केल्या सुटता येईना तेव्हा तो केविलवाण्या स्वरात म्हणाला,

'बडे भाई-'

'भाई ? वा रे वा !' खो खो हसत प्रचंड मासा उद्गारला, 'तू बडा मुत्सद्दी दिसतोस. मुत्सद्दी नसलास तर तत्त्वज्ञानी असशील. अरे वेड्या, जगात नाती अशी चिकटवून निर्माण होत नाहीत.'

'पण आपणा दोघांची जात एकच-'

'बडबड बंद कर. अशी पुष्कळ व्याख्यानं ऐकली आहेत मी आजपर्यंत. मला भयंकर भूक लागली आहे. ती तू शांत कर. हे पुण्यकर्म तू केलेस म्हणजे परमेश्वर तुझ्या आत्म्याला शांती देईल.'

'माझ्या आत्म्याची काळजी नाही वाटत मला, महाराज सध्या मला चिंता आहे ती या शरीराची. एका माशानं दुसऱ्या माशाला खाणे हा मोठा अन्याय-'

'अरे वा ! न्याय-अन्यायाची चर्चा करण्याइतका तू पंडित आहेस म्हणायचा. छान, असा विद्वान मासा फार दिवसांत माझ्या पोटात गेला नव्हता. तेव्हा-'

प्रचंड माशाच्या तोंडात जाता जाता मोठा मासा स्वतःशीच पुटपुटला, 'तो-तो लहान मासा म्हणत होता तेच बरोबर होतं.'

❋ ❋

चक्र

विजयी राजाने मोठ्या थाटाने आपल्या नव्या राजधानीत प्रवेश केला. सारी नगरी त्याच्या स्वागतासाठी नववधूसारखी शृंगार करून उभी होती.

ही मुग्ध रमणी दीपमालांनी राजाला ओवाळू लागली. पुष्पवृष्टीच्या रूपाने तिने त्याच्या मस्तकावर मंगलाक्षता टाकल्या. नववधूने पतीचे नाव सहर्ष घ्यावे, त्याप्रमाणे सारी नगरी नव्या राजाच्या जयजयकारात निमग्न झाली.

विजयी राजा अभिमानाने सर्वत्र दृष्टिक्षेप करीत हत्तीवरून पुढे चालला होता. जाता जाता राजमार्गाला येऊन मिळालेली एक गल्ली त्याला दिसली. एखादा ओहळ नदीला मिळावा तशी ती दिसत होती.

त्या गल्लीकडे राजाने पुन्हा पुन्हा पाहिले. तिथे दीपोत्सव नव्हता. पुष्पवृष्टी नव्हती. त्याच्या नावाचा जयजयकार नव्हता. बाहेरच्या वैभवशाली समारंभाची पुसट खुणसुद्धा त्या गल्लीत दिसत नव्हती. एखाद्या निश्चेष्ट वेड्या स्त्रीसारखी ती भासत होती.

राजाने मुख्यमंत्र्यांना विचारले, 'महामंत्री, नगरात महोत्सव सुरू आहे. मग या गल्लीत अशी सामसूम का ?'

'हा भिकाऱ्यांचा मोहल्ला आहे, महाराज.'

'माझ्यासारख्या दिग्विजयी राजाच्या राजधानीत भिकारी आहेत ? दिवसा कधी कुणी अंधार पाहिला आहे का ? छे छे ! हे माझ्या विजयाला मोठं लांच्छन आहे. आत्ताच्या आत्ता दवंडी पिटा. उद्या सकाळी नगरातल्या साऱ्या भिकाऱ्यांना राजसभेत बोलवा. प्रत्येकाला एकेक सुवर्णदिनार मिळेल अशी घोषणा करा.'

राजा सिंहासनावर येऊन बसला. उदयाचलावर सूर्य आरूढ व्हावा तसा.

राजसभेच्या बाहेर गोळा झालेल्या भिकाऱ्यांचा कोलाहल आत ऐकू येत होता. राजाच्याही कानावर तो पडला. महामंत्र्यांना जवळ बोलावून स्मित करीत त्याने विचारले,

'दानाची सिद्धता आहे ?'

'आहे महाराज.'

'प्रत्येक भिकाऱ्याला एकेक सुवर्णदिनार ?'

महामंत्री खाली मान घालून हात जोडून उभे राहिले.

राजा चिडून म्हणाला, 'महामंत्री, तुमच्या या मौनाचा अर्थ काय ?'

'महाराज, नगरात भिकारी पुष्कळ आहेत.'

'असतील. पण मी दिग्विजयी राजा आहे. माझे पुत्रपौत्रप्रपौत्र यावेच्चंद्रदिवाकरौ इथं राज्य करणार आहेत. माझ्या नगरप्रवेशाचा आनंद सर्वांना व्हायला हवा. अगदी भिकाऱ्यांतल्या भिकाऱ्यालासुद्धा. आजच्या या अपूर्व समारंभाचा मी एक शिलालेखच तयार करून घेणार आहे.'

बाहेरचा कोलाहल कानठळ्या बसविण्याइतका वाढला. जणू नदीला महापूर आला होता.

महामंत्री हळूच म्हणाले, 'महाराज, प्रत्येक भिकाऱ्याला एक सुवर्णदिनार देण्यासारखी खजिन्याची स्थिती नाही. युद्धात फार खर्च होऊन गेला आहे. या भिकाऱ्यांना एकेक चांदीचा दिनार दिला तर-'

'ठीक आहे. समारंभाची घोषणा करा.'

महामंत्र्यांनी दान समारंभ सुरू होत असल्याची घोषणा केली. प्रत्येक भिकाऱ्याने कोणत्या दाराने आत यायचे आणि कोणत्या दाराने बाहेर जायचे यासंबंधी द्वारपालाने मोठ्यामोठ्याने ओरडून सूचना दिल्या. मग महामंत्री सभाजनांना उद्देशून म्हणाले, 'या समारंभाचा प्रारंभ बाहेर जमलेल्या भिकाऱ्यांतल्या अत्यंत वृद्ध माणसाच्या हस्ते व्हावा याचं औचित्य आहे. असा वृद्ध हुडकून काढून त्याला प्रथम आत पाठवायला मी सेवकांना सकाळीच सांगितले आहे, तो आता आत येईल, दान घेईल आणि समारंभ सुरू होईल.'

सभेतले सहस्र सहस्र डोळे प्रवेशद्वाराकडे वळले. सारे टकमक पाहू लागले. एक अतिवृद्ध भिकारी गोगलगाईच्या गतीने आत आला. सर्वांचे

डोळे त्यावर खिळून राहिले. काल संध्याकाळी नगरप्रवेश करणाऱ्या राजावरती ते असेच खिळून राहिले होते.

नाना प्रकारच्या अवजड ओझ्यांनी वाकलेल्या उंटासारखा तो म्हातारा दिसत होता. त्याच्या डोक्यावर एक पांढरा केससुद्धा दिसत नव्हता. हातातली काठी टेकीत टेकीत तो सिंहासनापुढे आला. थरथरणारे दोन्ही हात जोडून त्याने राजाला नमस्कार केला. मग उजव्या हातातली काठी डाव्या हातात घेऊन त्याने उजवा हात राजापुढे पसरला.

कोशपालाने दिलेला दिनार राजाने कृत्रिम, दरबारी स्मित करीत वृद्धाच्या हातावर ठेवला.

तो दिनार डोळ्यांजवळ नेऊन आणि पुन्हा पुन्हा निरखून पाहून म्हातारा हसू लागला. ते हसू मोठे विचित्र होते. जणू वेड लागलेला काळपुरुषच हसत होता. हसता हसता वृद्धाने हातातला दिनार राजाच्या अंगावर फेकला. तो तिथून घरंगळत खाली येऊन सिंहासनापाशी पडला.

सारे सभाजन चकित झाले. या भयंकर उर्मटपणाबद्दल म्हाताऱ्याचे डोके उडविले जाईल अशी भीती त्यांना वाटू लागली.

पण आपला राग आवरून राजाने वृद्धाला प्रश्न केला, 'आजोबा, तुम्ही हा दिनार फेकून का दिला ? भिकाऱ्याला असला उर्मटपणा शोभत नाही.'

म्हातारा रागाने थरथरत म्हणाला, 'मी भिकारी आहे, महाराज. पण माझा पणजा काही भिकारी नव्हता.'

राजाने छद्‌मी स्वराने विचारले, 'कोण होते तुमचे पणजोबा ?'

म्हातारा छाती पुढे काढून म्हणाला, 'माझा पणजा राजा होता.'

'राजा ? कुठला ?'

'इथलाच. गादीवर बसताना माझ्या पणज्याने जी खैरात केली, तिच्यावर प्रत्येक भिकाऱ्याला एक सुवर्णदिनार दिला होता. तुमच्यासारखा चांदीचा दिनार देण्यासारखा चिक्कू नव्हता तो.'

राजा शून्य दृष्टीने भिकाऱ्याकडे पाहू लागला. तो विचार करीत होता. या भिकाऱ्याचा पणजा राजा होता. आपला पणतू भिकारी होईल असे त्या राजाच्या स्वप्नात तरी आले असेल काय ?

राजाच्या अंत:श्चक्षूंपुढे विश्वचक्र फिरू लागले. एखाद्या लहान मुलाच्या खेळण्याप्रमाणे काळपुरुष ते फिरवीत होता. जन्म, मृत्यू, शांती, युद्ध, प्रीती, द्वेष, ऐश्वर्य, दारिद्र्य ही सारी त्या चक्रात गिरक्या घेत होती. एखाद्या रंगमंचावरला देखावा क्षणात बदलावा, तसे जन्माचे मृत्यूत, युद्धाचे शांतीत, प्रीतीचे द्वेषात आणि दारिद्र्याचे ऐश्वर्यात रूपांतर होत होते. जीवनाचे ते अंतिम सत्यदर्शन होते.

राजा सिंहासनावरून खाली उतरला. तो चांदीचा दिनार त्याने उचलून घेतला. मग मोठ्या नम्रतेने त्या वृद्धाच्या हातात ते नाणे देत तो म्हणाला, 'एक तरुण मित्राची एका वृद्ध मित्राला ही भेट आहे, तिचा स्वीकार व्हावा.'

बालकासारखे निर्मळ हास्य करीत वृद्ध भिकाऱ्याने तो दिनार घेतला.

**

दोन भुते

अवर्षणाचे वर्ष होते ते.

गावातले सारे लोक देवळात जमले. बाल-वृद्ध, स्त्री-पुरूष, गरीब-श्रीमंत, सारे हात जोडून देवाला विनवू लागले- 'देवराया, या दीनांवर दया कर. प्रभो, तुझ्या कृपेचा मेघ आमच्याकडे वळू दे. भक्तवत्सला, आम्ही सर्व तुझी लेकरे आहोत. पाऊस पडला नाही तर आम्ही काय करावं ?'

त्यांची प्रार्थना संपते न संपते तोच त्या गर्दीतून नास्तिक मनुष्य पुढे आला आणि समुद्रासारख्या गंभीर स्वराने गरजला, 'मूर्खांनो, या दगडी देवाला आळवून उगीच घसा कशाला कोरडा करून घेता ? देवळाबाहेर लहान लहान दगडांच्या राशी आहेत ना, त्या दगडांचाच हा थोरला भाऊ आहे. फुलांनी दगडाला देवकळा येते, पण देवपणा येत नाही. तुमची कच्चीबच्ची टाचा घाशीत उपाशी मरावीत अशी तुमची इच्छा नाही ना ? मग माझं ऐका. या शृंगारलेल्या दगडाची प्रार्थना करण्याच्या फंदात पडू नका. आत्ताच्या आत्ता सारे माझ्या मागून चला. मी तुम्हाला नदी दाखवितो. तुम्ही सारे अहोरात्र कष्ट करायला लागलात तर त्या नदीचे पाणी तुमच्या शेतापर्यंत सहज आणता येईल. खरा देव या समोरच्या दगडात नाही. तो तुमच्या मनगटात !'

कुठून तरी एक अणकुचीदार दगड भिरभिरत आला. पाखराने पिकलेल्या फळावर चोच मारावी, तसा तो त्या उपदेशकाच्या कपाळावर बसला. रक्ताने लाल झालेल्या चेहऱ्याने भोवतालच्या लोकांकडे पाहात तो नास्तिक आवेशाने उद्गारला, 'बंधूंनो, अजून माझे ऐका. डोळे उघडा. प्रार्थना थांबवा. दगडाला पाझर फोडण्याचा हा वेडा उद्योग...'

पुढे त्याच्या तोंडातून शब्दच उमटला नाही. शेकडो गोफणी

एकदम चालाव्यात, त्याप्रमाणे त्याच्यावर चारी बाजूंनी दगडांचा वर्षाव होऊ लागला. लोकांनी त्याला एखाद्या विषारी सापाप्रमाणे ठेचून, चेचून ठार मारले.

नक्षत्रांमागून नक्षत्रे जाऊ लागली. पण आकाशातून पावसाचा थेंबसुद्धा खाली उतरेना. गोरगरिबांच्या घरात चूल रुसून बसली. आई-बापांना मुलांच्या केविलवाण्या तोंडाकडे पाहण्याचा धीर होईना. भर दिवसा घरी, दारी, शेजारी मृत्यूंची काळीकुट्ट विक्राळ छाया विकट हास्य करीत त्याचा पाठलाग करू लागली.

गावातले सारे लोक पुन्हा देवळात जमले. बाल, वृद्ध, स्त्री, पुरुष, गरीब, श्रीमंत सारे देवाला हात जोडून विनवू लागले, 'देवराया, या दीनांवर दया कर. प्रभो, तुझ्या कृपेचा मेघ आमच्याकडं वळू दे. भक्तवत्सला, आम्ही सारी तुझी लेकरं आहोत.'

त्यांची प्रार्थना संपते न संपते तोच त्या गर्दीतून एक आस्तिक मनुष्य पुढे आला. शरदऋतूतल्या नदीच्या प्रवाहासारख्या प्रसन्न स्वराने तो म्हणाला, 'बंधूंनो, अशी नुसती प्रार्थनाच करीत काय बसला ? आपण सर्व एकाच देवाची लेकरं आहोत. एका आईची मुलं आहोत. एका

कुटुंबातील माणसं आहोत. होय ना ?'

सर्वांनी होकारार्थी मान हालविली.

आस्तिक पुढे बोलू लागला, 'चला तर मग माझ्याबरोबर गावातलं सारं धान्य आपण एकत्रित करूया. पेवांत भरलेलं, तळघरात पुरलेलं, गंज्यांत लपविलेलं, भुयारात दडविलेलं सारं धान्य, त्याचा दाणा न् दाणा आपण शोधून काढूया. गोळा केलेल्या धान्यांतून प्रत्येकाला फक्त पोटापुरतं द्यायचं, असं आपण ठरवूया. एवढं आपण केलं तर गावातलं कुत्रंसुद्धा उपाशी मरणार नाही. पण असं केलं नाही तर बाहेर दगडाच्या राशी पडल्या आहे ना ? तशा गावात ठिकठिकाणी प्रेतांच्या राशी दिसू लागतील. चला, बंधूंनो चला. खरा देव तुमच्यासमोर नाही, तो तुमच्या हृदयात...'

कुठून तरी एक अणकुचीदार दगड भिरभिरत आला. कडकड करीत कोसळणाऱ्या विजेने उंच वृक्षाच्या शेंड्यावर प्रहार करावा, तसा तो उपदेशकाच्या कपाळावर बसला. रक्ताच्या माखलेल्या हातांनी लोकांना शांत करण्याचा प्रयत्न करीत तो आवेगाने ओरडू लागला, 'वेड्यांनो, देव दयाळू आहे हे विसरू नका. तुम्ही देवाची लेकरं आहात. तुमच्यापैकी प्रत्येकापाशी जे आहे, ते त्याचं एकट्याचं नाही. ते सर्वांचं...'

पुढे त्याच्या तोंडातून शब्दच उमटला नाही. शेकडो बंदुका एकदम चालाव्यात त्याप्रमाणे त्या आस्तिकावर चोहो बाजूंनी दगडांचा वर्षाव होऊ लागला. लोकांनी त्याला एखाद्या पिसाळलेल्या कुत्र्याप्रमाणे ठेचून, चेचून ठार मारले.

त्या वर्षीच्या दुष्काळात त्या गावातली सर्व गरीब माणसे पटापट गेली. उरलेली मूठभर श्रीमंत माणसे भीतीने गाव सोडून पळून गेली.

त्या निर्जन गावात आता फक्त ते पडके देऊळ उभे आहे. कधी कधी मध्यरात्री त्या देवळाच्या आवारात दोन भुते हातात हात घालून, हसत-खिदळत फिरत असलेली दिसतात. एखाद्या वेळी ती दोघं त्या पडक्या देवळातल्या गाभाऱ्यापाशी येऊन विचारतात, 'देवा, हे गाव असं ओसाड का झालं ? तुझी प्रार्थना करणारी ती माणसं कुठं आहेत ?'

ती दोघं कान देऊन देवाचे उत्तर ऐकू लागतात. शेजारच्या वृक्षांवरल्या झोप चाळवलेल्या पाखरांचा सौम्य फडफडाट तेवढा त्यांच्या कानांवर पडतो.

**

दरी व डोंगर

देव सृष्टी रचू लागला.

कितीतरी युगे त्याच्या डोळ्यांपुढे अगणित कल्पना-चित्रे नाचत होती. त्यातले कुठले आधी रंगवू आणि कुठले मग रंगवू असे त्याला होऊन गेले होते. त्या कल्पना-चित्रांत एक विशाल सागर होता. त्याच्या पृष्ठभागावर नाजुक, निळसर लाटा पाठशिवणीचा खेळ खेळत होत्या. त्या लाटांसारखी त्याला मनातही अनंत सौन्दर्ये उचंबळत होती. त्यातली एक मोहक आकृती पुसत होते न होते तोच दुसरी तिथे उमटत होती.

ती सारी चित्रे साकार व्हावीत म्हणून तो भरभर सृष्टी रचीत गेला. त्याच्या कल्पनेतला कोळी जसे नाजुक, सुंदर जाळे झरझर विणणार होता तशी. त्याच्या कल्पनेतला कवी जशा मधुर, मोहक ओळी सरसर लिहिणार होता तशी. फुले, चांदण्या, दरी, डोंगर, नदी, समुद्र-सहस्त्रावधी वस्तू त्याच्या कल्पनेतून निर्माण होऊ लागल्या. त्यांचे रंग, रूप, आकार कसे आहेत याची त्याला सुद्धा जाणीव होईना. प्रत्येक वस्तू निर्माण करताना तो आनंदाच्या समुद्रात डुंबत होता. पण प्रत्येक वस्तू निर्माण होताच त्या समुद्राच्या जवळच असलेल्या असमाधानाच्या वाळवंटात तो तळमळत पडत होता. मग त्या असमाधानातून मुक्त होण्याचा एकच मार्ग त्याला दिसे. तो म्हणजे पुढल्या निर्मितीत गुंग होऊन जाण्याचा.

देवाची सर्व स्वप्ने साकार झाली. अनिर्वचनीय आनंदाने त्याचे अंत:करण भरून गेले. आता विश्रांती घ्यावी असा विचार त्याच्या मनात आला पण त्या विचाराने त्याने तिथे पाऊल टाकले न टाकले तोच अनेक कुसळांनी त्याला सळो की पळो करून सोडले. ती कुसळे कसली आहेत हे तो निरखून पाहू लागला. निर्मितीच्या आनंदात ज्या असमाधानाची शल्ये

त्याला बोथट वाटली होती, तीच आता त्याला तीव्रतेने टोचू लागली. निर्मितीच्या श्रमाने तो थकून गेला होता. पण या कंटकशय्येवर पडून विश्रांती घेणे शक्य नव्हते. तो उठला. आपण निर्माण केलेल्या प्रत्येक वस्तूत काही वैगुण्य आहे की काय पाहण्यासाठी तो सृष्टीत सर्वत्र फिरू लागला.

प्रथम आकाशातल्या चांदण्याची चौकशी केली त्याने. त्या हसून म्हणाल्या, 'देवाधिदेवा, आमचं सारं ठीक चाललं आहे. काही काही कमी नाही आम्हाला. मात्र आमच्यापैकी एखादीच्या मनात मधूनच येतं-'

'काय येतं ?' देवाने उत्सुकतेने प्रश्न केला.

'ही खाली फुलं दिसतात ना ? ती आपल्यापेक्षा अधिक सुंदर आहेत. देवाने आपल्याला पृथ्वीवर जन्म द्यायला हवा होता; मग आपण अधिक सुंदर दिसलो असतो. परवा एकीनं या वेडया भरात खाली उडी टाकली.'

'आणि फूल होऊन ती पृथ्वीवर हसू लागली ?'

'अंहं, दगड होऊन पडलीय ती तिथं.'

देव हसत हसत समुद्रतीरावर गेला. जवळच एक नदी सागराला मिळाली होती. संगमाच्या जागी मोठे विलक्षण दृश्य त्याला दिसले. नदी आणि समुद्र यांचे भांडण चालले होते. समुद्र आपल्या हातांनी नदीला मागे लोटीत होता. नदी आपल्या बाहूंनी त्याला मिठी मारीत होती. दोघे मोठमोठ्याने ओरडत होती.

देव नदीला म्हणाला, 'तुमचं दोघांचं पटत नसेल तर मी तुला मागं घेऊन जातो.'

नदी हसली आणि म्हणाली, 'मागं जाऊन एवढंसं तळं होऊन राहायची आणि चिखलानं बुजबुजून जायची इच्छा नाही माझी. मला विशाल जीवन जगायचंय. या समुद्राचा खारटपणा मला आवडत नाही, पण त्याच्याशी एकरूप व्हायचंय मला.'

देव समुद्राकडे वळून म्हणाला, 'तुला ही नदी आवडत नसेल तर...'

खो खो हसत समुद्राने त्याला मधेच थांबविले. तो उद्गारला, 'देवा, तुझ्या सृष्टीचे तुलाच ज्ञान नाही. मी नदीशी भांडतोय खरा, पण त्याचं कारण निराळं आहे. भांडणाशिवाय प्रेम रंगत नाही कधी !'

देव हसत हसत पुढे चालला. आपल्या सृष्टीत काही न्यून राहिले नाही, या कल्पनेने तो आनंद झाला होता. चालता चालता एका उंच डोंगराच्या आणि खोल दरीच्यामध्ये तो आला.

त्याने डोंगराला विचारले, 'काय रे बाबा, तू सुखी आहेस ना ?'

पर्वताने इतक्या जोराने मान हलवून नाही म्हटले, की त्याचे शिखर तुटून पडते की काय असे वाटू लागले. तो कपाळाला आठ्या घालून म्हणाला, 'देवा, या पोकळीत उंच मान करून अष्टौप्रहर मला उभं राहावं लागतं. ढग जाता-येता माझी थट्टा करतात. मला चापट्या मारतात. पण त्यांचा सूड मला घेता येत नाही. जागेवरून हलताच येत नाही मला. माझ्या मानाने ही खालची दरी किती सुखी आहे पहा. तिला झऱ्याचा सुंदर कमरपट्टा आहे. तिच्या पायांतले पाखराचे पैंजण नेहमी छुमछुमत असतात. सूर्य उगवला तरी धुक्याची सुंदर निळसर दुलई घेऊन ती गाढ झोपू

शकते. काही कर आणि देवा, मला तिच्या जागी ने.'

देवाने दरीला प्रश्न केला, 'तू सूखी आहेस ना ?'

नाक मुरडत दरी उत्तरली, 'देवा, तू मोठा अन्यायी आहेस. डोंगरची दरी म्हणून तू मला निर्माण केलंस, त्याच्या पायाशी मला जखडून टाकलं. रात्री नुसता हात वर केला तरी त्याला आभाळातल्या चांदण्या खुडता येतात, पण त्यांची माळ करून घालायला केस कुठं आहेत त्याला ? उघडा-बोकडा फत्तर आहे नुसता तो. मला ती आकाशातली फुलं हवीत, इंद्रधनुष्याचा गोफ हवा, विजेची सोनेरी कर्णफुलं हवीत, मला डोंगराच्या जागी ने.'

'तथास्तु !' असे उद्‌गारून देव विश्रांती करता निघून गेला.

आपली युगनिद्रा संपवून तो सृष्टीचे निरक्षण करण्याकरिता परतला. पृथ्वीवर फुले हसत होती. आकाशात चांदण्या चमकत होत्या. नदी आणि समुद्र यांचा प्रेमकलह पूर्ववत सुरू होता. मात्र पूर्वी ज्या ठिकाणी दरी होती तिथे दरी दिसेना. डोंगर होता तिथे डोंगर दिसेना. एक अफाट, ओसाड माळ तिथे पसरला होता.

हे दृश्य पाहून देव खिन्न झाला. इतक्यात त्या वाळवंटाच्या आतून अगदी खोल स्वरातले शब्द त्याला ऐकू आले, 'देवा, मी चुकलो, क्षमा कर मला. मी पोकळीत आनंदात राहीन....'

लगेच कोमल आवाजातले शब्द ऐकू आले- 'देवा, मी चुकले; क्षमा कर मला. डोंगराच्या पायथ्याशी सुद्धा खूप खूप सुख आहे.'

* *

हत्ती आणि मुंगी

एकदा एक हत्ती आणि एक मुंगी यांची गाठ पडली. हत्ती मुंगीकडे पाहून तुच्छतेने हसला आणि म्हणाला, 'ए प्राण्या, किती क्षुद्र, किती दुर्बळ आहेस तू. तुला कोणी निर्माण केलं ?'

'परमेश्वरानं'

'शक्य नाही.'

'ते का ?'

'मला निर्माण करणारा परमेश्वर इतका भिकार प्राणी कसा निर्माण करील ? त्या परमेश्वराच्या घरी कुणी तरी वेडा नोकर असेल, त्यानं वेडाच्या

लहरीत माझ्यासारखा प्रचंड प्राणी निर्माण करण्याचा प्रयत्न केला असेल, आणि मग तुझ्यासारखा हाद्रक्षु हत्ती जन्माला आला असेल.'

मुंगी मध्येच म्हणाली, 'ए राक्षसा, किती प्रचंड, किती बेढब प्राणी आहेस तू. तुला कुणी रे निर्माण केलं ?'

'परमेश्वरानं.'

'शक्य नाही.'

'ते का ?'

'मला निर्माण करणारा परमेश्वर असला लठ्ठभारती प्राणी कसा निर्माण करील ? तुझ्या परमेश्वराच्या घरी कुणी तरी जाडजूड माथेफिरू मनुष्य असेल. त्यानं वेडाच्या लहरीत माझ्यासारखा प्राणी निर्माण करण्याचा प्रयत्न केला असेल, आणि मग तुझ्यासारखी ही राक्षसी मुंगी जन्माला आली असेल !'

तारा आणि जंतू

ते दोघे मित्र लहानपणीच आपल्या खेड्यातून बाहेर जायला निघाले.

वृद्ध गावकऱ्यांनी त्यांना उपदेश केला, 'पोरांनो, आपलं गाव सोडून बाहेर कशाला जाताय ? अरे, याच गावात तुमचे आजे, पणजे, खापरपणजे जन्माला आले. लहानाचे मोठे झाले. देवाघरी गेले. देवानं त्यांना कधी काही कमी पडू दिलं का ? अरे देवदत्ता, बाबा भगदत्ता, तुम्हां दोघांना वेडबिड तर नाही ना लागलं ? खुशाल इथं राहा. परमेश्वर देईल ती मीठ-भाकर खा.'

एका प्रमुख वृद्धाला उद्देशून देवदत्त म्हणाला, 'नाही आजोबा, मी नाही इथं राहणार. नदी डोंगर सोडून दूर दूर जाते, म्हणून ती समुद्रापर्यंत पोहोचते. मीही तसाच दूर दूर फिरत जाणार आहे. या गावात कुणालाही ठाऊक नसलेली एखादी विद्या शिकून येणार आहे.'

म्हातारेबुवा रागावले. ते भगदत्ताकडे वळून म्हणाले, 'नि तू रे पोरट्या ? तू कसला दिग्विजय करणार आहेस ? मिऱ्याएवढी झाली नाहीत पोरं नि चालली मेरूमंदाराला मिठ्या मारायला !'

भगदत्त नम्रपणे उत्तरला, 'आजोबा, मीही एखादी नवी विद्या शिकून येणार आहे. सर्वांच्या उपयोगी पडेल अशी.'

ते दोघे मित्र काही काळ बरोबर फिरत राहिले. त्यांनी शहरे पाहिली, खेडी पाहिली, उद्याने पाहिली.

मग एके दिवशी देवदत्त भगदत्ताला म्हणाला, 'हल्ली रोज रात्री मला एक स्वप्न पडतं. त्या स्वप्नात मी हिमालयाच्या एका शिखरावर उभा आहे, आणि हातानं आकाशातली एकेक चांदणी खुडीत आहे, असं मला दिसतं.'

भगदत्त म्हणाला, 'तुझ्यासारखं मलाही रोज रात्री एक स्वप्न पडतं. मी खूप लहान झालो आहे, एक सूक्ष्म किटक झालो आहे, अस्फुट

कळीच्या आत शिरून लपंडाव खेळत आहे, पाण्याच्या एका थेंबात दडून बसलो आहे, असं काही तरी मला स्वप्नात दिसतं.'

दोघांनी आपापल्या स्वप्नाचा अर्थ लावण्याचा खूप प्रयत्न केला, पण काही केल्या त्यांना त्या स्वप्नांचा अर्थ कळेना. शेवटी देवदत्त अभिमानाने म्हणाला, 'माझं स्वप्न भव्य आणि सुंदर आहे. तुझं क्षुद्र आणि कुरूप आहे. आपण मित्र असलो तरी ! आपले मार्ग भिन्न आहेत, हे या स्वप्नावरनं उघड होत आहे.'

भगदत्त काहीच बोलला नाही.

दुसऱ्या दिवशी ते दोघे मित्र आपापल्या स्वप्नांच्या मागून भिन्न भिन्न मार्गांनी चालू लागले. मात्र एकमेकांचा निरोप घेताना जी विद्या मिळेल तिचा आपल्या गावाच्या सेवेसाठी उपयोग करायचा, अशी दोघांनी शपथ घेतली.

बारा वर्षांनी त्या दोघा मित्रांची पुन्हा भेट झाली. दोघांनाही या अकल्पित पुनर्भेटीचा अत्यंत आनंद झाला. त्या आनंदावर अद्भुताचा कळसही चढला. अगदी निरनिराळ्या वाटांनी ते दोघे परत आपल्या गावी

आले होते. पण एकाच दिवशी, एकाच वेळी !

आपण कोणती विद्या शिकून आलो आहोत हे देवदत्ताने सांगितले. तो एक यंत्र बरोबर घेऊन आला होता. त्या यंत्रातून रात्री आभाळाकडे पाहिले की आकाशातल्या चांदण्या खूप मोठ्या दिसू लागत. अगदी जवळ आल्यासारख्या भासत. निळ्या पारिजातकाच्या पांढऱ्या शुभ्र फुलांचा सडा पडत आहे आणि त्यातली काही फुले आपल्यावर उधळीत जात आहेत, असा त्या यंत्रातून पाहणाऱ्याला भास होईल. सारे गाव देवदत्ताचे कौतुक करू लागले. देवदत्ताने स्वर्ग पृथ्वीवर आणला असे म्हणू लागले.

रोज रात्री देवदत्त लहानांपासून थोरांपर्यंत सर्वांना आपल्या यंत्राच्या सहाय्याने लखलखणाऱ्या तारामंडळात नेऊन सोडी. सारे गाव त्यांच्यावर खूष झाले. देवदत्ताने गावाचे नाव मोठे केले, असे जो तो म्हणू लागला.

एका म्हाताऱ्याने भगदत्ताला विचारले, 'तू काही विद्या घेऊन आलायस की नाही ? की गेलास तसाच हात हलवीत परत आलास ?'

भगदत्त नम्रपणे म्हणाला, 'मीही एक शस्त्र शिकून आलो आहे. पण माझ्या विद्येत देवदत्तासारखं भव्य, दिव्य काही नाही. माझ्यापाशीही एक यंत्र आहे. त्यातून पाहिलं की डोळ्यांना न दिसणारे बारीक बारीक जंतू दिसू लागतात.'

सारी मंडळी हे ऐकून खो खो हसू लागली. एक म्हातारेबुवा म्हणाले, 'घाणेरडे किडे आणि जंतू एरवी काय थोडे बघतो आम्ही ? ते मुद्दाम यंत्रातून बघायला जायचं ? देवदत्त आम्हाला स्वर्गात नेतो, पण तुझ्याबरोबर या नरकात यायला कोण तयार होणार बाबा ? देवदत्तासारखं तूही गावाचं नाव मोठं करशील असं आम्हांला वाटत होतं. पण तुझ्यासारख्या वेड्याला ते कसं जमणार ? हिरा तो हिरा नि गारगोटी ती गारगोटी !'

भगदत्त गप्प बसला.

काही महिने लोटले. पावसाळा सुरू झाला. गावात माणसे पटापटा आजारी पडू लागली. काही कारण नसताना त्यांना अकस्मात वांत्या होऊ लागल्या. काही केल्या त्या थांबत नसत. गावातल्या पिढीजात वैद्यांनी या आजारी मंडळींना चूर्ण दिली, आसवे पाजली, अरिष्टे चाखली. पण कुणालाही गुण येईना, सारा गाव भयभीत होऊन गेला.

देवदत्तसुद्धा या विकाराने आजारी पडला. हळूहळू तो इतका गळून गेला की, आता आपण या दुखण्यातून उठतो की नाही, अशी भीती

त्याला वाटू लागली.

सारं गाव ज्या तळ्याचे पाणी पीत होते, तेच दूषित झाले असावे असा भगदत्ताला संशय आला. त्याने ते पाणी आपल्या यंत्राच्या सहाय्याने तपासले. त्या पाण्यातले डोळ्यांना न दिसणारे सूक्ष्म जंतूचे विचित्र जग त्याने आबालवृद्धांना दाखविले. पाणी उकळून शुद्ध करून पिण्याचा सल्ला त्याने गावाला दिला.

आजाराला कंटाळलेल्या सर्व लोकांनी तो मुकाट्याने ऐकला. रोगाने गावातून पळ काढला.

आता जो तो भगदत्ताची स्तुती करू लागला. देवदत्त मागे पडला. त्याचे यंत्र म्हणजे नुसती करमणूक होती असे म्हणून अनेक लोक त्याची निंदा करू लागले.

बरे वाटू लागल्यावर स्वत: देवदत्त एके दिवशी भगदत्ताला भेटायला आला. तो त्याला म्हणाला, 'मित्रा, मी तुझ्यापेक्षा फार मोठी विद्या कमावली आहे असा मला उगीचच गर्व झाला होता. माझ्या हातून तुझा कळत न कळत अपमान झाला असला तर त्याबद्दल मला क्षमा कर. पण खरं सांगतो, तुझी विद्या माझ्यापेक्षा फार श्रेष्ठ आहे. तू नसतास तर माझे प्राण काही वाचले नसते.'

भगदत्त नम्रपणाने त्याला म्हणाला, 'मित्रा, असं काही बोलू नकोस. तुझी विद्या फार फार श्रेष्ठ आहे. तिनं मला केवढा धीर दिला आहे याची तुला कल्पना नाही.'

देवदत्त आश्चर्याने भगदत्ताकडे पाहू लागला.

भगदत्त पुढे बोलू लागला, 'मित्रा, विद्या शिकताना पावलोपावली क्षुद्र जंतूंशी आणि मलीन कीटकांशी माझा संबंध येत होता. मी शास्त्र शिकलो. पण कुरुप, ओंगळ कीटकांच्या सतत सहवासानं आणि जंतूंच्या दर्शनाने माझी मन:स्थिती मोठी विचित्र झाली होती. सारं जग मला ओंगळ वाटू लागलं होतं. जंतूंच्या भक्ष्यस्थानी पडण्याकरिता परमेश्वराने मनुष्याला निर्माण तरी कशाला केलं असं मला वाटू लागलं होतं. माझ्या ज्ञानामुळं भव्यतेवरला आणि दिव्यत्वावरला माझा सारा विश्वास उडाला होता. पण इथं परत आल्यावर मी तुझ्या यंत्राच्या मदतीनं आकाशातल्या चांदण्यांशी गुजगोष्टी करू लागलो. मग माझा तो विश्वास पुन्हा जागृत झाला. हे जीवन जसं ओंगळ जंतूंच आहे. तसंच त्या सुंदर चांदण्यांचही आहे. मला हे तुझ्यामुळं कळलं.'

* *